నా చార్ ధామ్

ఆధ్యాత్మిక యాత్ర

సబ్బని లక్ష్మీ నారాయణ

2025

ALL RIGHTS RESERVED

All rights reserved. No part of this publication may be reproduced, stored in or introduced into a retrieval system, or transmitted, in any form by any means may it be electronically, mechanical, optical, chemical, manual, photocopying, or recording without prior written permission of the Publisher/ Author.

Naa Chardham Adhyathmika Yatra
of
Author Name:
Sabbani Laxminarayana

H.No. 6-6-302, Sainagar, Karimnagar
Pin:505 001
Telangana State. India

Mobile: +91 8985251271

Email: ln.sabbani@gmail.com

Copy Right: Sabbani Laxminarayana

Title Cover Design: V. Harish

Published By: Kasturi Vijayam
Published on: Apr-2025

ISBN (Paperback): **978-81-974475-6-3**

Print On Demand

Ph:0091-9515054998
Email: Kasturivijayam@gmail.com
Book Available
@
Amazon, flipkart

అంకితం

సుందర హిమాలయాల సానువుల్లోని

కేదార్ నాథ్ లో కొలువై ఉన్న కేదారీషుడికి

బదరికా వనం లో వెలసి ఉన్న

బద్రి నారాయణుడికి

భక్తితో

- సబ్బని లక్ష్మీ నారాయణ

డా. మచ్చ హరిదాసు

విశ్రాంత అసోసియేట్ ప్రొఫెసర్.

(తొలి తెలుగు సాహితీ యాత్రా చరిత్ర కారుడు).

మొబైల్ : 98495 17452

ఆముఖము

"జిందగీ ఏక్ సఫర్ హై సుహానా.

కల్ క్యా హోగా కిస్ నే జానా "

మనిషి ఎందుకు ప్రయాణాలు చేయాలి? అని ప్రశ్నించుకుంటే జీవితమే ఒక ప్రయాణం కనుక అని జవాబు వస్తుంది. జీవనయానం అనేది ఒక మనిషి పుట్టినది ఆదిగా గిట్టేవరకు జరిగిన సంఘటనల సమాహారం అని చెప్పుకోవచ్చు. ఇందులో వ్యక్తిగత జీవన పరిస్థితులలో పాటు అతని చుట్టూ అల్లుకొని ఉన్న సామాజిక, ఆర్థిక పరిస్థితులు కూడ కలిసి ఉంటాయి. ప్రకృతి నుంచి సమాజంలోకి వచ్చిన ప్రతి మనిషి మళ్లీ ప్రకృతిలోకి ప్రయాణించడం వల్ల అతని జీవన యాత్ర పరిపూర్ణమవుతుంది. ఐతే ఈ జీవ యాత్రలో ప్రయాణాలు లేదా యాత్రలు ఒక భాగమైనప్పుడే ఆ జీవితం ఆనందమయం, విజ్ఞానమయం, ఉల్లాసభరితం అవుతుంది. జ్ఞానార్జనాపరులకు

విజ్ఞాన వినోద యాత్రలు, మోక్షార్థులకు తీర్థ (ఆధ్యాత్మిక) యాత్రలు, పరిశోధకులకు అన్వేషణ యాత్రలు, ఆ కష్టనష్టాలకోర్చి ప్రాణభీతి లేకుండా ఏదో సాధించాలన్న పట్టుదలతో చేసే సాహసయాత్రలు- యాత్రలలో ముఖ్యంగా పేర్కొనదగినవి. యాత్రలు చేయడానికి వాయిదాలు వేయాల్సిన పనిలేదు. కాళ్లలో సత్తువ ఉన్నప్పుడే, శరీరం సహకరించినప్పుడే అడుగు ముందుకు వేయాలి. ఈ జీవితం క్షణభంగురం. రేపేమవుతుందో ఎవరికీ తెలియదు. కనుక సాహసికులైన యువతీయువకులు వచ్చిన అవకాశాలను జారవిడుచుకోకుండా, నచ్చిన ప్రదేశాలకు యాత్ర చేసి రావడమే మంచిది.

'న సాహస మనారుహ్య, నరో భద్రాణి పశ్యతి!

సాహసం పునరారుహ్య, యతి జీవతి పశ్యతి || (హితోపదేశము - 7).

ప్రమాదముల నెదుర్కొననిదే మానవులు కార్య సాఫల్యమును, విజయమును పొందరు. సాహసమొనరించి, జయించి, బ్రతికివుంటే శుభములను పొందగలరని పై శ్లోకార్థం.

ఈ ఉపోద్ఘాతమంతా ఇప్పుడెందుకంటే చార్‌ధామ్ యాత్ర (యమునోత్రి, గంగోత్రి, కేదారనాథ్, బదరీనాథ్) ఆధ్యాత్మికమైన తీర్థయాత్రతో పాటు సాహసోపేతమైన యాత్ర కూడాను అని చెప్పడానికే. ఈ నాలుగు పవిత్ర ఆలయాలు భూమికి అత్యంత ఎత్తులో ఉన్న హిమాలయ ప్రాంతాల్లోని మంచుకొండల్లోనివి, అలాగే వీటి దర్శనం అత్యంత కష్టతరమైనదీ కనుక.

ఈ యాత్రా చరిత్ర రచయిత సబ్బని లక్ష్మీనారాయణ గారు వృత్తిరీత్యా అధ్యాపకులు. ఉద్యోగ విరమణ తర్వాత తన 64 వ యేట చార్‌ధామ్ యాత్రకు పూనుకోవడం వెనక 1990 ప్రాంతంలోనే హిమాలయాల సౌందర్యం చూసి రావాలన్న కోరిక తన మదిలో మెదలడమే కారణంగా చెప్పుకొన్నారు. ఐతే అప్పటి

నుండి ఒంటరి ప్రయాణం అందునా పర్వతారోహణం సురక్షితమైనది కాదు కనుక తొవ్వతోడు కొరకు ఎదురుచూస్తూ వచ్చారు. యాదృచ్ఛికంగా ఇంటి దగ్గరి మిత్రులతోటి కలిసి వెళ్లే అవకాశం, అదృష్టం కలిసి వచ్చింది. మనసెరిగిన వారితో కలిసి చేసే ప్రయాణం సరదాగా, కాలక్షేపంగా ఉంటుంది కదా!

చార్ ధామ్ యాత్ర చేయడానికి నాలుగు మార్గాలున్నాయి. అందులో మొదటిది యమునోత్రి - గంగోత్రి- కేదారనాథ్- బదరీనాథ్ మార్గం. ఏ దారి గుండా వెళ్లాలన్నా మొదట ప్రారంభించాల్సింది హరిద్వారం నుండే. 1948 లో 'బదరీ యాత్ర' చేసిన బులుసు సూర్యప్రకాశ శాస్త్రి గారు కేదారం నుండే బదరి వెళ్లడం ప్రశస్తమైనదిగా పురాణాలు పేర్కొంటున్నాయన్నారు. ఇదే విషయాన్ని మను చరిత్ర ప్రబంధంలో పెద్దన సిద్ధుని నోట చెప్పించాడు, చూడండి :

" కేదారేశు భజించితిన్, శిరమునన్ గీలించితిన్,
హింగుళా పాదాంభో రుహముల్ ప్రయాగ నిలయున్ పద్మాకక్షు సేవించితిన్,
యాదోనాథ సుతా కళత్రు, బదరీ నారాయణున్ గంటి,
నీ యాదేశంబన నేల చూచితి సమస్తా శావ కాశంబులన్".

2022లో చార్ ధామ్ యాత్ర చేసిన కూరెళ్ళ పద్మా చారి గారు, 2024 లో వెళ్లిన సబ్బని వారు ఈ మార్గాన్నే అనుసరించారు. 12 వేల అడుగుల ఎత్తున ఉన్న హిమాలయాల్లోని మంచు కొండల మనోహర దృశ్యాలను చూడాలన్న చిరకాల స్వప్నం ఈ విధంగా లక్ష్మీనారాయణ గారికి సాకారమైంది. 9.5.2024 న ప్రారంభమైన యాత్ర 23.5.2024 న ఇంటికి క్షేమంగా చేరడంతో పూర్తి అవుతుంది. మొత్తం 27 మంది కలిసి ఈ యాత్ర చేసారు. సబ్బని స్వతహాగా కవి, రచయిత. ఎన్నో రచనలు చేసారు. 2018 లో అమెరికా యాత్ర చేసి యాత్రానుభవాలను అక్షరీకరించి 'నా అమెరికా సాహితీ సౌహార్ద 'యాత్ర' పేర పాఠకులకు అందించారు. 'వండర్

ల్యాండ్ అమెరికా ' పేర నానీల సంపుటిగా, 'ఆట వెలదిలో అమెరికా' పేర పద్య కావ్యం కూడ వెలువరించారు. ఆ యాత్రారచన అనుభవంతో ఇప్పుడీ 'నా చార్‌ధామ్ యాత్ర' రచనకు పూనుకొన్నారు. ఈ యాత్రా రచన మొత్తం ఫోటోలతో

కలిసి దరిదాపు 90 పేజీలు దాటింది.

సబ్బని వారి బృందం రెయిన్ బో ట్రావెల్ ఏజెన్సీ ద్వారా యాత్ర సమకట్టింది. ఈ ఏజెన్సీ ప్రొప్రయిటర్ నాని గారు వీరి వెంట ఉండి ఒక నియమిత పంథాలో, నిర్ణీత సమయంలో ప్రతినిత్యం గమ్యస్థానం చేర్చడంలో, అలాగే తిరుగు ప్రయాణంలో స్వస్థలాలకు రప్పించడంలో దాదాపు కృతకృత్యులయ్యారనే చెప్పవచ్చు. దాదాపు అని ఎందుకంటున్నానంటే - అక్కడక్కడి ప్రదేశాల్లో ట్రాఫిక్ సమస్యల వల్ల సమయం అనుకున్న దాని కంటే ఎక్కువ గడిచిపోయి అనుకున్న స్థలాలను చూపించలేక చివరికి హడావిడి పెట్టక తప్పలేదాయనకు.

సహ ప్రయాణికుల్లో 63 యేండ్ల కృష్ణగారు సబ్బనికి తోడుగా ఉండటం బాగా ఉపకరించింది. 19 రోజుల యాత్రలో వెన్నంటి ఉన్నారు. 'ఇలాంటి యాత్రా స్థలాల్లో ఒకరి తోడు తప్పని సరిగా అవసరం అనిపించింది' అని స్వానుభవంతో చెప్పారు ఒక చోట సబ్బని లక్ష్మీనారాయణ గారు. కేదార్‌నాథ్ మహత్యం గురించి, గౌరీ కుండ్.వైశిష్ట్యం గురించి, బదరీనాథ్ క్షేత్ర పరిచయం, మానా గ్రామం (ఇండియా-టిబెట్ సరిహద్దు గ్రామం) గురించి చూడకున్నా వీడియో ద్వారా తెలిసిన విషయాలు, బ్రహ్మ కపాలం గురించిన ఆసక్తికర కథనాలు సందర్భోచితంగా వివరించారు. ఉత్తరకాశి నుండి గంగోత్రి వరకు సాగిన యాత్రామార్గంలో గంగా నదిని చూడగానే కవి గారికి తాను ఇదివరకు రాసిన 'నది నా పుట్టుక' కవితా సంపుటి లోని నదిని గురించిన కవితా పంక్తులు స్ఫురణకు వచ్చి ఏకంగా రెండు పేజీల వివరమే అందించారు నదుల వైశిష్ట్యాన్ని గురించి.

యమునోత్రి వద్ద యమునా నది ప్రాశస్త్యాన్ని గుర్తు చేసుకుంటారు. జానకి చెట్టి నుండి యమునోత్రి దారి ఇరుకైనది, నిటారైనది. ఈ 6 కి.మీ. ట్రెక్కింగ్ యాత్రకులు డోలీలలో, ఖండీలలో (గంప, బుట్ట), పోనీలపై వెళ్తారు. శక్తి ఉన్నవారు కర్ర సాయంతో నడిచి వెళ్తారు. సబ్బని వారు పోనీపై ప్రయాణించారు. వీళ్ళందర్నీ చూస్తుంటే "శక్తి ఉండి నడిచి వెళ్లే వాళ్లే నయమనిపించింది, ఏ ప్రాణిని నొప్పించకుండా నడిచి వెళ్లవచ్చునని. అలా మోసే వాళ్ల కష్టాలు చూడాలి" అంటూ, తన శరీరం అందుకు సహకరించనందుకు, తన అసహాయతకు ఆవేదన పడుతూ "మనిషిని మనిషి మోయడం ఏమిటి? డబ్బు అవసరం, ఆకలి మనిషిని ఎంత పనైనా చేయిస్తుంది" అని సాటి మనుషుల మీద సహానుభూతిని ప్రకటిస్తారు.

సబ్బని వారు వాడిన భాష సరళసుబోధకంగా ఉంది. ఎవరైనా చదివి వినిపిస్తే అక్షరమ్ముక్క రాని పామరులక్కూడా వెంటనే అర్థమయ్యే శైలి వీరిది, ఈయన తెలంగాణ రాష్ట్ర సాధన కోసం పరితపించి అనేక రచనలు చేసారు. తెలంగాణ భాష అన్నా, యాస అన్నా మిక్కిలి మక్కువ.

ఈ యాత్రా గ్రంథంలో తెలంగాణ మాండలిక పదాలను వాడిన తీరు మచ్చుకు ఉదహరిస్తాను చూడండి.

అందరికీ కాఫీ పోసినారు

పొద్దు గూట్లెపడే సమయం.

అడుగడుగునా బొడుసు రాళ్లే ఉన్నాయి. ఇంకా ఎన్నో?.

కొన్ని చోట్ల క్రియా వాచకాలు ఏ కాలానికి సంబంధించినవో తెలియకుండా ఉన్నాయి. చాలా సందర్భాల్లో అర్థవంతంగానే, సుబోధకంగానే ఉన్నాయి తాను ప్రయాణం చేస్తూ ప్రత్యక్షంగా అనుభూతి పొందుతూ రాసినవే కనుక ఆ వాక్యాలు

వర్తమానానికి సంబంధించినవే అని ఆయన అభిప్రాయం, మన అభిప్రాయం కూడా. కాని అవి ఏవిధంగా సందిగ్ధతకు తావిస్తున్నాయో చూడండి. ఉదాహరణకు -

లోయలోంచి నీరు వడివడిగా ప్రవహిస్తుంది.

తెల తెలవారుతుంది.

రాత్రి తొమ్మిది అవుతుంది.

ఘాట్ రోడ్ కాబట్టి బస్సు మెల్లగానే వెళ్తుంది.

ఉదయం పూట కాబట్టి చలి పెడుతుంది.

క్రీగీతలున్న చోట 'ప్రవహిస్తున్నది, తెలవారుతున్నది, తొమ్మిది అవుతున్నది. మెల్లగానే వెళ్తున్నది, చలి పెడుతున్నది' అని రాస్తే బాగుంటుంది.

మొత్తమ్మీద కొత్తగా చార్ ధామ్ యాత్ర.చేయగోరు యాత్రికులకు సబ్బని వారి 'నా చార్ ధామ్ ఆధ్యాత్మిక యాత్ర' ఒక యాత్రా మార్గదర్శిగా, దారి దీపంగా, అరటి పండు వొలిచి చేతిలో పెట్టినంత సులభంగా స్వానుభవంతో రచింపబడింది. వారు స్వదేశంలో ఎన్నో తీర్థ క్షేత్రాలు సందర్శించారు. ఆ అనుభవాలను కూడ గ్రంథస్థం చేస్తే యాత్రా సాహిత్యం మరింత పరిపుష్టం కాగలదని 'యాత్రా చరిత్రలు' పరిశోధకునిగా ఆశిస్తూ, శుభాకాంక్షలు తెలుపుతున్నాను.

***

డా. సబ్బని లక్ష్మీనారాయణ చార్ ధామ్ సాహస యాత్ర!

-సంకేపల్లి నాగేంద్రశర్మ

డాక్టర్ సబ్బని లక్ష్మీనారాయణ ప్రముఖ తెలుగు సాహిత్యకారుడు. బహుభాషా వేత్త. గత 40 సంవత్సరాల నుండి సీనియర్ సాహితీ వేత్తగా సాహిత్య రంగంలో విశేషంగా కృషి చేస్తున్నారు. అంతేకాకుండా సమాంతరంగా సాహితీ, విహార, ఆధ్యాత్మిక, చారిత్రక యాత్రలు చేయడము, తదనంతరం ఆధారిత రచనలు చేయడం ఒక భాగంగా నిలిచిపోయింది.

ఉభయ తెలుగు రాష్ట్రాల్లోనే కాకుండా భారతదేశంలోని వివిధ ప్రాంతాలను చుట్టి రావడమే కాకుండా, అంతర్జాతీయంగా రెండుసార్లు అమెరికా యాత్రలను దిగ్విజయంగా పూర్తి చేశారు. 2018లో తన అమెరికా సందర్శనపై అమెరికా యాత్రపై 'నా అమెరికా సాహితీ సౌహార్దయాత్ర 'అనే ట్రావెలాగ్ పుస్తకాన్ని తీసుకొని వచ్చారు. వీరు ఐదుసార్లు అయ్యప్ప దీక్షను తీసుకొని కేరళ రాష్ట్రంలోని శబరిమల అయ్యప్ప సన్నిధానాన్ని దర్శించుకుని వచ్చారు. ఒరిస్సా, కర్ణాటక, తమిళనాడు, పాండిచ్చేరి, ఢిల్లీ,రాజస్థాన్, పశ్చిమ బెంగాల్ తదితర రాష్ట్రాల్లో పర్యటించి సాహితీ యాత్రలను పూర్తి చేశారు. వృద్ధాప్యాన్ని సైతం జయించి ఆరోగ్యంగా ఉండటం వలన వీరు సుమారు 64 సంవత్సరాల వయసులో ఈ ఏడాది మే నెలలో ఉత్తరప్రదేశ్.ఉత్తరాఖండ్ రాష్ట్రం లోని చార్ ధామ్ యాత్రను విజయవంతంగా పూర్తి చేసుకున్నారు. భారతదేశంలో తొలి తెలుగు కాశీ యాత్రికుడిగా ఏనుగుల వీరస్వామి

గారు 1830 ప్రాంతంలో పాదయాత్రతో.పూర్తి చేశారు. చరిత్ర పుటలను తిరగవేస్తే.అలెగ్జాండర్, మార్కోపోలో, మెగస్తనీస్, పాహియాన్, హుయన్ షాంగ్ తదితరులు ఎంతోమంది భారత్ ను సందర్శించి యాత్రా చరిత్రలు రాశారు. భారతదేశంలో ఎంతోమంది పర్యాటక, ఆధ్యాత్మిక,యాత్రిక విహారాలపై పలు రచనలు చేశారు. సుప్రసిద్ధ చరిత్రకారుడు రాహుల్ సాంకృత్యాయన్ తాను తిరిగిన ప్రాంతాలపై యాత్రా రచనలు చేశారు. తెలుగు యాత్రా రచనలను పరిశీలిస్తే, ఇటీవలి కాలం నుండి యాత్రా, విహార రచనలు పలువురు వెలువరిస్తున్నారు. విశాఖపట్నంకు చెందిన యాత్రా చరిత్రకారుడు ప్రొఫెసర్ మాచవరపు ఆదినారాయణ, ప్రముఖ నటుడు అక్కినేని నాగేశ్వరరావు, ప్రముఖ సాహితీవేత్త డా.ఎన్. గోపి, కరీంనగర్ యాత్రా చరిత్ర పరిశోధకులు, పిహెచ్ డి పట్టాని సొంతం చేసుకొన్న డాక్టర్ మచ్చ హరిదాస్ తదితరులు యాత్రా రచనలు చేయడంలో తమ మెలకువలను చూపించారు. ఉమ్మడి జిల్లాకు చెందిన చరిత్రకారుడు డా. ద్యావనపల్లి సత్యనారాయణ తెలంగాణాలోని అతి కష్టమైన ఏజన్సీ అడవులు, గోదావరి, కృష్ణా నదిలోయలు, కొండకోనల్లోని పర్యాటక, యాత్రా, విహార స్థలాలను సందర్శించి, రెండు పుస్తకాలు రాశారు. మాజీ ప్రధాని పి.వి నరసింహారావు సోదరుడు పి.వి మనోహర్రావు గత నలభై ఏళ్ల కిందట చైనా టిబెట్ ప్రాంతంలోని హిమసానువులలో ఉన్న అతిక్లిష్టమైన ఆధ్యాత్మిక మానస సరోవరం, కైలాసగిరి సందర్శన యాత్రను పూర్తి చేసి ఒక యాత్రా గ్రంథంగా తెలుగులో వెలువరించారు. ఈ గ్రంథము అత్యంత ఆదరణకు గురై రెండుసార్లు అచ్చులోకి వచ్చింది.

హిమాలయ సానువులలోని చార్ ధామ్ యాత్ర విశ్రాంత దశలో డా. సబ్బని వారు చేయడం గొప్ప సాహసమే అని పేర్కొనవచ్చు. ఎందుకంటే ఇక్కడ యాత్రికులు రకరకాలుగా ప్రయాణాలు చేయాల్సి ఉంటుంది. కరుగుతున్న హిమాలయాలు, ఇరుకైన ఘాట్ రోడ్లు, గుర్రాలపై, డోలీలు, గంపలు, పల్లకీలు, చివరకు నడక ద్వారా

ప్రయాణించాల్సి ఉంటుంది. మధ్య వయస్సులో ఉన్నవారు, ఆరోగ్యవంతులకే ఈ శీతల యాత్రలు అనుకూలంగా ఉంటాయి. సబ్బని వారు.13 రోజులలో చార్‌ధామ్ యాత్రను పూర్తిచేసుకుని తాను చూసిన అనుభవాలను “నా చార్‌ధామ్ ఆధ్యాత్మిక యాత్ర” అనే పేరు మీద ఒక పుస్తకంగా అచ్చులోకి తేవడం ఆనందంగా ఉంది.

ఈ యాత్రలో భాగంగానే ఉత్తరప్రదేశ్ రాష్ట్రంలోని ఆగ్రా, మధుర, బృందావనం, ఉత్తరాఖండ్ రాష్ట్రంలోని హరిద్వార్, హృషికేష్ తో సహా చార్ ధామ్ గా పిలువబడుతున్న యమునోత్రి, గంగోత్రి, కేదార్ నాథ్, బదరీనాథ్ పుణ్యక్షేత్రాలను సందర్శించారు. తిరుగు ప్రయాణంలో ఢిల్లీలోని కొన్ని పర్యాటక ప్రాంతాలను సందర్శించారు. రైలు, బస్సు, గుర్రాలు, నడక మార్గాన వీరి ప్రయాణాలు సాగాయి.

ఈ సంవత్సరం మే 10 వ తేదీ అక్షయ తృతీయ నాటి నుండి ఈ యాత్రకు అనుమతులు ఇచ్చారు. నవంబర్ 3 వ తేదీన దీపావళి తర్వాత రెండో రోజు నుండి మూసివేశారు. ఈ యాత్ర వెళ్ళడానికి ఉత్తరాఖండ్ టూరిజం బోర్డు వెబ్ సైట్ లో తమ పేర్లను అధికారికంగా ముందు గానే నమోదు చేయించుకోవాల్సి ఉంటుంది. అలాగే కేదార్ నాథ్ వెళ్ళడానికై కూడా హెలికాప్టర్ సౌకర్యానికి అడ్వాన్సుగా బుకింగ్ చేసుకోవాల్సి ఉంటుంది. తాను హిమాలయ ప్రాంతాల్లోని పుణ్యక్షేత్రాలను దర్శించుకున్న విధానాన్ని ఈ పుస్తకంలో తేటతెల్లము చేశారు. ఇతరులు ఈ పుస్తకం చదివితే ఎలా వెళ్ళాలో ఒక గైడ్ లా మార్గదర్శక సమాచారాన్ని అందిస్తుంది. అక్కడి వాతావరణానికి తగినట్లుగా ఎలా వ్యవహరించాలో, ఎక్కడ బస చేయాలో మొదలగు.కావాల్సిన సమాచారాన్ని అందజేస్తుంది.

డాక్టర్ సబ్బని లక్ష్మీనారాయణ గారు 27 మంది మిత్ర బృందంతో కరీంనగర్ నుండి బయలుదేరి సుమారు 15 రోజులలో ఈ యాత్రను ఒక ప్రైవేట్ ట్రావెల్ ఏజెన్సీ ద్వారా పూర్తి చేశారు. ఈ యాత్రలో తమ వాడలోని ఇరుగుపొరుగు వారు ఉండటము వల్ల వీరు చార్ ధామ్ యాత్రను పూర్తి చేయడానికి అవకాశం కలిగింది. మే 9వ తేదీన

రామగుండం రైల్వే స్టేషన్ నుండి బయలుదేరి తిరిగి మే 23వ తేదీన వారు ఈ యాత్రను రామగుండం రైల్వేస్టేషన్లో దిగడం ద్వారా పూర్తి చేశారు. 13 రోజులు 12 నిద్రలతో ఈ యాత్రను వారు పూర్తి చేశారు. తన సతీమణి శారదను తీసుకుని వెళ్లడానికి ఆరోగ్యపరంగా అవకాశం లేకపోవడం వలన తాను ఒంటరిగానే మిత్రబృందంతో కలిసి వెళ్లారు. రామగుండం రైల్వే స్టేషన్ నుండి ఆగ్రా వరకు మొదటి రోజు ప్రయాణం చేశారు. మే పదవ తేదీన ఉత్తరప్రదేశ్ లోని మొగలాయిల చారిత్రక నగరమైన ఆగ్రా స్టేషన్ లో దిగారు.

యమునా నదీ తీరంలో ఉన్న ఆగ్రాలో చారిత్రాత్మకమైన ఆగ్రా కోట చూశాం అని చెపుతూ, మొగలాయి చక్రవర్తి షాజహాన్ పాల రాతితో నిర్మించిన ప్రేమ సౌధమైన తాజ్ మహల్ సుందర నిర్మాణాన్ని ఆనాడు శుక్రవారం సెలవు దినం కాబట్టి చూడలేక పోయాము అన్నారు వారు. సమీపంలో ఉన్న రాధాకృష్ణుల భక్తి- ప్రేమ విహారాదులకు నిలయమైన మధుర, బృందావనాన్ని తిలకించి 353 కిలో మీటర్ల దూరం లో ఉన్న చార్ ధామ్ యాత్రకు ప్రవేశ మార్గమైన హరిద్వార్ కు ట్రావెల్ ప్యాకేజీ బస్సులో రాత్రి 10 గంటలకు బయలుదేరారు రెండవ రోజు.

మూడవరోజు యాత్రలో దేవభూమికి దారి అయిన హరిద్వార్‌లో పర్యటించారు. భారతదేశంలోని ఉత్తరాఖండ్ రాష్ట్రంలో ఉన్న హరిద్వార్ హిమాలయాలకు ముఖద్వారం అని పవిత్రమైన పుణ్యక్షేత్రమని వర్ణించారు. ఇక్కడి గంగా హారతి కార్యక్రమాన్ని, నదిలో దీపాలను వదిలే విశేషాలను రచయిత వివరించారు. ఎత్తయిన.కొండలపై ఉన్న మానసా దేవి మందిరాన్ని మరియు ఇతర దేవాలయాలను రోప్ వే ద్వారా సందర్శించడం ఒక అనుభూతిగా పేర్కొన్నారు. చార్ ధామ్ యాత్ర ముఖ్యంగా హరిద్వార్, రిషికేష్, ఉత్తరాఖండ్ రాష్ట్ర రాజధాని డెహ్రాడూన్‌ల నుండి మొదలవుతుంది.

నాలుగవ రోజు ఋషికేష్ మరియు బర్కోట్ ప్రయాణాలు. బర్కోట్ నుండే సుమారు రెండు వందల కిలో మీటర్ల దూరం వేర్వేరుగా ప్రయాణిస్తే, యమునోత్రి, గంగోత్రి యాత్రల మార్గాలు ఉంటాయి. హరిద్వార్ నుండి రిషికేశ్ కు 20 కిలోమీటర్ల దూరం. చార్ థామ్ యాత్రకు వెళ్లడానికి ముందు విపరీతంగా ఉండే చలిని తట్టుకోవడానికి కావాల్సిన ఉలన్ దుస్తులను, మందులను, ఇతరత్రా సామాగ్రిని కొనుగోలు చేసుకున్నారు. గతంలో మూడు దశాబ్దాల కింద ఢిల్లీ వచ్చినప్పుడు రచయిత ఋషికేష్ క్షేత్రాన్ని సందర్శించిన జ్ఞాపకాలని నెమరు వేసుకున్నారు. రామ్ జూలా, లక్ష్మణ్ జూలా తీగల వంతెనలను గతంలో సందర్శించారు. ప్రస్తుతము అవి మరమ్మత్తులలో ఉన్నాయి. జానకి సేతును సందర్శించారు. ప్రపంచానికి యోగ రాజధానిగా ఋషికేష్ పిలువబడుతుంది. గైడ్ సహాయంతో త్రివేణి ఘాటును, గీతా భవన్ సందర్శించారు.

ఋషికేష్ నుండి మొదటి యాత్ర యమునోత్రి. హృషీకేష్ నుండి ఐదు గంటలలో 175 కిలోమీటర్లు పయనిస్తే బర్కోట్ చేరుతారు. ట్రాఫిక్ విపరీతంగా ఉంటుంది. లోయల్లో ఇరుకైన రోడ్లు. గంటల కొద్దీ ట్రాఫిక్ జాములు ఉంటాయి. ప్రమాదాలు పొంచి ఉంటాయి. తాబేలు నడక ప్రయాణాలు ఉంటాయి. వ్యక్తిగతంగా లగేజీ ఉంటుంది. జబ్బ సంచిలో ఆహార పదార్థాలు, బట్టలు, ఇతర వస్తువులు తీసుకెళ్ళాల్సి ఉంటుంది. అర్ధరాత్రి వరకు గజ గజ వణికే చలిలో బర్కోట్ చేరుకున్నారు. అక్కడ రాత్రి ఒక హోటల్లో తమ బృందంలో వెంట వచ్చిన మిత్రుడు కృష్ణ తో బస చేశారు..

ఐదవ రోజు ప్రయాణము బర్కోటు నుండి జానకి చెట్టి.వరకు 45 కిలోమీటర్ల వరకు బస్సు ప్రయాణం. జానకీ చెట్టి నుండి యమునోత్రి వరకు వెళ్ళాల్సి ఉంటుంది. జానకి చెట్టీ మార్గంలో ట్రాఫిక్ సమస్యలు తల ఎత్తాయి. శీతల వాతావరణాన్ని తట్టుకోవడానికి వీలుగా థర్మల్ వేర్ ధరించి, ఉలన్ దుస్తులు వేసుకొని ముందుకు

కదిలారు. యమునోత్రి దాదాపు 11 వేల అడుగుల ఎత్తు పైన ఉంటుంది. ఆక్సిజన్ లెవెల్స్ తక్కువగా ఉంటాయి. ముందు జాగ్రత్త చర్యగా కర్పూరం బిళ్ళలు దస్తిలో పెట్టుకొని బయల్దేరారు. యమునోత్రి యాత్ర వెళ్ళడానికి గతంలో ఈ యాత్రలను పూర్తి చేసిన కరీంనగర్ లోని తన మిత్రులైన సురేందర్ రెడ్డి, వజ్జల ప్రకాశ్ ల సలహాలను తీసుకొన్నారు. గుర్రాలపైనే ప్రయాణం చేయడం సులభం అని చెప్పిన సలహాను ఇక్కడ వీరు అక్షరాలా పాటించారు. బస్ వెంట బోలేరో వాహనంలో.ట్రావెల్ ఏజన్సీ వారి తరపునుండి భోజన సౌకర్యాల కోసం వంట వాళ్ళు వచ్చే ఏర్పాటు ఉంది. ట్రాఫిక్ జాం వల్ల జానకీ చెట్టి మార్గ మధ్యం లోనే రోడ్డు పక్కనే భోజనాలు చేశారు. ఆరోజు అర్ధరాత్రి వరకు హనుమాన్ చెట్టిని దాటి జానకి చెట్టీకి చేరుకొన్నారు. అక్కడ హోటల్లో రూం తీసుకొన్నారు ఆ రాత్రికి మూడు వేలకు ముగ్గురికి.

ఆరో రోజు ఉదయం యమునోత్రి ప్రయాణం. రెండు వేల అడుగుల ఎత్తు వెళ్లాలి. ఆ రాత్రి హోటల్లో ఆగి, తెల్లారి ఉదయం 4.30 గంటలకు స్నానాదులు ముగించుకొని 2500 రూపాయల బాడుగ చెల్లించి (పోనీలు) చిన్న గుర్రాలపై బయలు దేరారు. గంటన్నర సమయంలోనే చేరుకొన్నారు యమునోత్రికి. సూర్యుడు ఉదయిస్తున్నాడు. గలగలా యమునోత్రి మెరుస్తున్న దూది లాంటి మంచు కొండల్లో నుండి ప్రవహిస్తోంది. వారు హిమాలయాలను దగ్గర నుండి చూడడం ఇక్కడే మొదటిసారిగా జరిగింది. యమునోత్రి లో ఉష్ణోగ్రత రాత్రి 3 సెంటీ గ్రేడ్ వరకు పడిపోయి.పగలు 11-12 డిగ్రీల మధ్యగా.ఉంటుంది..గంగానదికి యమునా నది ప్రధాన ఉపనది. గజగజ చలి. అక్కడ యమునా మాత గుడి ఉంది. అక్కడే ఊష్ణ గుండం ఉంది. గంటన్నర గడిపి, పోనీ సాయంతో.వెనుదిరిగారు. అక్కడి టీ కొట్టులో కప్పు టీ 20 రూపాయలు. 30 రూపాయలకు అరలీటర్ వాటర్ బాటిల్. టీ సేవించి

రెండు గంటల్లో పోనీ సాయంతో వెనుదిరిగారు. ఇక్కడ రోప్ వే సౌకర్యం కల్పించాలని రచయిత సలహా ఇస్తాడు.

ఏడవ రోజు గంగోత్రి యాత్ర వివరాలు రాశారు. ఈ యాత్రలో తాను చూసిన హిమాలయ లోయల్లోని కొండల మధ్య సాగే ప్రయాణ వర్ణనలను సుందరంగా రాశారు. వంతెనలను దాటుతూ జలపాతాలను చూస్తూ తమ ప్రయాణాలు సాగినట్లు వివరిస్తాడు. గంగోత్రి బెల్ట్ లోని సుందర ప్రదేశాలు, ప్రకృతి సౌందర్యాల మధ్య కనిపించే సూర్యాస్తమయ వర్ణనలను చూసి పొంగి పోతాడు. అస్తమయ సమయం పశ్చిమాన కొండల వెనుక బంగారు రంగు చాయ కనిపిస్తోందని రాస్తాడు. నగర జీవనం కంటే ఈ ప్రకృతి ఒడిలో రోజుల తరబడి గడపడం ఎంతో ఆనందాన్ని ఇస్తోందని ఆత్మీయంగా తలపోస్తాడు. గంగోత్రిలో ఆ.రాత్రి 8 గంటల సమయంలో గంగమ్మ గుడి దర్శనం చేసుకొన్నారు. గంగోత్రి ఆలయాన్ని 18 వ శతాబ్దంలో గోర్ఖా జనరల్ అమర్ సింగ్ థాపా నిర్మించారు. భాగీరథి దీనికి ఎడమ ఒడ్డున ఉంది.

గంగానది ప్రాముఖ్యాన్ని గూర్చి రచయిత వివరంగా రాశారు. సుమారు 2500 కిలోమీటర్లు ప్రవహిస్తూ, పశ్చిమ బెంగాల్ దగ్గరి బంగాళాఖాతంలో గంగాసాగర్ వద్ద సముద్రంలో కలుస్తుంది. తాను 2005లో రాసిన 'నది నా పుట్టుక' లోని నదీ ప్రాముఖ్యత గల కవితలను గుర్తు చేసుకొంటాడు. ఎనిమిదో రోజు గంగోత్రి నుండి ఉత్తర కాశీ వరకు తిరుగు ప్రయాణం చేస్తాడు. తాను చూసిన రమణీయ దృశ్యాలను సెల్ ఫోన్లో.ఫోటోల్లో, వీడియోల్లో బంధించాడు. గంగానానీ అనే ప్రదేశం వద్ద ఆగి అక్కడి వేడి కుండంలో పది రూపాయలు చెల్లించి వెచ్చటి స్నానాలు చేసి, ఏకముఖి రుద్రాక్షలు కొనుగోలు చేశారు. ఉత్తర కాశీలోని విశ్వనాథ ఆలయంలోని పెద్ద శివలింగం, అష్ట దాతు త్రిశూల దర్శనం చేసుకొన్నారు. ఆ సాయంత్రం గుప్త కాశీకి 200 కిలోమీటర్లు వెళ్ళి కేదరనాథ్ కు ప్రయాణం చేయాల్సి ఉంటుంది.

తొమ్మిదో రోజు యాత్ర ఉత్తర కాశీ నుండి కేదార్ వెళ్ళే ప్రయాణపు మార్గంలోని పలు అంశాల గూర్చి రాశారు. గుప్తకాశీకి వరకు సాగిన బస్సు ప్రయాణాన్ని వర్ణించారు. బస్సు డ్రైవర్ల ఆపసోపాలను తెలుపుతాడు. మార్గమధ్యలో ఆగిన నౌలి గ్రామంలో ఆగిన విషయాన్ని ప్రస్తావిస్తాడు. కేదార్ నాథ్ లో ప్రవహించే మందాకినీ నదీ ప్రవాహాల పక్క నుండి ప్రయాణించారు. మధ్యాహ్నం వరకు గుప్తకాశీకి చేరుకొన్నారు. అక్కడ ఆగి హోటల్ లో కాలకృత్యాలు తీసుకొని, సోన్ ప్రయాగ్, గౌరీ కుండ్ చేరుకొని కేదార్ నాథ్ యాత్రను మొదలు పెట్టినారు. గౌరీ కుండ్ నుండి కేదార్ 18 కిలోమీటర్లు ఉంటుంది.

పదవరోజున అనగా మే 18 వ తేదీన కేదార్ నాథ్ యాత్రానుభవాలను రాశారు. సీతాపూర్ నుండి నాలుగు అయిదు కిలోమీటర్లు నడిస్తే సోన్ ప్రయాగ్ వస్తుంది. ట్రెక్కింగ్ యాత్రాప్రయాణాల్లో తోడుగా కృష్ణ ఉన్నాడు. గౌరీ కుండ్ నుండి 18 కిలోమీటర్ల దూరంలో ఉన్న కేదార్ నాథ్ చేరాలి. ఇక్కడ నడక లేదా గుర్రాల సాయంతో వెళ్ళాలి. పోనీ గుర్రాలు, డోలీలు అందుబాటులో ఉన్నాయి. ఇక్కడి నుండి రోప్ వే ఏర్పాటు చేస్తే సులభంగా కేదార్ నాథ్ చేరే అవకాశం ఉందని రచయిత అంటాడు. ప్రకృతి అనుకూలిస్తేనే ఈ చార్ ధామ్ యాత్రలు విజయవంతం అవుతాయని రచయిత అనుభవంతో చెప్పారు..సరైన గైడెన్స్ కూడా అవసరమని నొక్కి చెబుతారు. కేదార్ నాథ్ దగ్గిర టెంట్ లు, హోటల్ గదులు కిరాయిలకు ఇస్తారు. అడ్వాన్స్ డ్ బుకింగ్ సౌకర్యాలు కూడా ఉంటాయి. కేదార్ నాథ్ చేరడానికి, కేదార్ నాథ్ లో బస చేయడానికి జరిగిన అసౌకర్యాలను, తప్పిదాలను, మోకాళ్ళ నొప్పులను, చలిని, ఆపసోపాలను రచయిత వివరంగా రాశారు. ఆ.రాత్రి కిరాయికి.తీసుకొన్న టెంట్ గదిలో బస చేశారు గుడి దగ్గర.

కేదార్ నాథ్ 12 వేల అడుగుల ఎత్తున ఉంది. పంచకేదార్ ల వివరాలు, కేదార్ అంటే క్షేత్రానికి ప్రభువు అని అర్థం. పంచపాండవులు స్థాపించిన కేదార్ క్షేత్ర

వైశిష్ట్యాన్ని గూర్చి రాశారు. 2013 లో జరిగిన కేదార్ నాథ్ విలయాన్ని కళ్ళకు కట్టినట్లుగా రాశారు. కేదార్ నాథ్ గుడి వెనక వచ్చిన భీమశిల గూర్చి వివరించారు. అక్కడ 2021 నుండి జరుగుతున్న ఆదిశంకరాచార్య విగ్రహం, సమాధి పనుల అభివృద్ధి ప్రాజెక్ట్ గూర్చి రాశాడు. ప్రధాని మోడీ చొరవతో సాగుతున్న ఆదిశంకరాచార్య ప్రాజెక్ట్ నిర్మాణపు పనులు సాగుతున్నాయని, ఈ పనులు పూర్తయితే యాత్రికులకు విశాలమైన స్థలం వినియోగంలోకి వస్తుందని రాశాడు. గుడి వద్ద నాగసాధువులు కనిపించినట్లుగా రాశారు. కేదార్ నాథ్ గుడి వెనకాలే మెరిసే మంచు పర్వతాల దృశ్యాలు కనిపిస్తాయని, చార్ ధామ్ యాత్రలో కేదార్ నాథ్ యాత్ర మరింత క్లిష్టమైనదని, జీవితంలో చూడాల్సిన జ్యోతిర్లింగ క్షేత్రమని రచయిత రాసుకొన్నారు.

ఇక్కడ సాధువులు దోమతెరలు లాంటి ప్లాస్టిక్ కవర్ తో చిన్న చిన్న గుడారాలు వేసుకొని ఉన్నారు. మంచుకొండల్లో వారి జీవనం విలక్షణమని రచయిత అంటాడు. కేదార్ నాథ్ గోపురాలు గుడిలైట్లలో వెలిగి పోతున్న దృశ్యాన్ని చక్కగా వర్ణించారు..భైరవనాథ స్వామి దేవాలయం, సిద్ది పేట జిల్లా వారి ఉచిత బోజనాలు పెట్టడం, రుద్ర మెడిటేషన్ గుహలు, కేదార్‌ను అంటుకొని పారే మందాకినీ నది పుట్టిన ప్రదేశం చోరాబరి తాల్, సమీప వాసుకి తాల్, బ్రహ్మనాభి కమలం పూలు గూర్చి రచయిత ఆసక్తిగా రాశారు..

11వ రోజున ఉదయాత్పూర్వం జరిగిన కేదార్ నాథ్ దర్శనం గూర్చి రాశాడు. అభిషేకం టిక్కెట్ తీసుకొని అయిదుగురం దర్శనానికి బయలు దేరారు. అరగంటలో గుడిలోకి చేరారు. త్రిభుజాకార బండ రూపంలో శివలింగం ఉంది. ఇది గోవు యొక్క మూపుర భాగం. దర్శనం, నెయ్యితో అభిషేకం చేసుకొన్నారు. కర్ణాటకకు చెందిన వీర శైవ జంగం సమాజానికి చెందిన పూజారులే ఇక్కడ పూజలు చేస్తారు. కేదార్‌లో జియో, ఎయిర్‌టెల్ సెల్ సిగ్నల్స్ చక్కగానే పనిచేస్తున్నాయి. అక్కడి నుండి రెండు వేల

కిలో మీటర్ల దూరంలో ఉన్న ఇంటికి, ఇంటి వద్ద అమర్చిన సిసి కెమెరాల దృశ్యాలు చూడడం, వాటి పనితనం, అమెరికాలో ఉన్న పెద్ద కొడుక్కి ఫోన్లు చేసి మాట్లాడం, కుటుంబ సభ్యులతో, మిత్రులతో మాట్లాడడం వంటి విషయాల.గూర్చి రాసిన వివరాలు ఆసక్తిగా ఉన్నాయి. ఆ రోజు కేదార్ నాథ్‌లో రద్దీ బాగా ఉంది. ఉదయం పది గంటల సమయంలో రెండు కిలోమీటర్ల వరకు దర్శనం లైన్లు ఉన్నాయని రాశాడు.

కేదార్ నాథ్ కు హెలికాప్టర్ ప్రయాణం పావుగంట మాత్రమేనని,రెండు గంటల్లో ప్రత్యేకమైన విఐపి దర్శనం చేసుకొని తిరిగి రావచ్చునని రాశాడు. సరైన గైడెన్స్ ఉంటే ప్రయాణం సులభం అవుతుందని రాశాడు. వాతావరణం అనుకూలతలపై హెలికాప్టర్ ప్రయాణ సౌకర్యం ఆధారపడి ఉంటుందని రాశాడు. కేదార్ నాథ్ నుండి గౌరీకుండ్ వరకు పోనీ గుర్రాల సాయంతో 18 కిలోమీటర్ల దూరం వరకు వెనక్కి వచ్చారు. పిసినారితనం ప్రదర్శిస్తే యాత్రలో అనారోగ్య ఇబ్బందులు ఎదుర్కోవాల్సి వస్తుందని రచయిత స్పష్టం చేశారు.

కేదార్ నుండి చివరి ప్రయాణమైన బద్రీనాథ్ ప్రయాణం చక్కగా రాశారు..అక్కడి నుండి జీప్ ఎక్కి సోన్ ప్రయాగ్ చేరుకొన్నారు. నాలుగు కిలోమీటర్లు నడిచి సీతాపూర్ బస్ పార్కింగ్ కు. చేరుకొన్నారు. మార్గమధ్యంలో ఉన్న త్రియుగ్ నారాయణ క్షేత్ర ప్రాధాన్యత గూర్చి రాశారు. ఆ క్షేత్రం సోన్ ప్రయాగ్ కి అయిదు కిలో మీటర్లు ఉంటుంది. ఇక్కడ మూడు యుగాల నుండి హోమం మండుతూనే.ఉందని, అందుకే త్రియుగ్ నారాయణ క్షేత్రమని పేరు వచ్చిందని రాశాడు. ఇక్కడే చతురస్రాకారపు రాతి పలకపై శివపార్వతుల వివాహం జరిగిందని రాశాడు. చూసే అవకాశం దక్క లేదని రాశాడు.

సోన్ ప్రయాగ్ నుండి ఆపసోపాలు పడి తుంపర్ల వర్షం లో నడక ద్వారా సీతాపూర్ పార్కింగ్ ప్లేస్ దాటి రాంపూర్ ఎగ్జిట్ పార్కింగ్ కు చేరుకొని, బస్సులో

బద్రినాథ్ ప్రయాణం చేశారు. ఇక్కడ ట్రాఫిక్ సమస్య ఎదురైంది. రాత్రి పది గంటలకు ప్రయాణమైన బస్సు షెడ్యూల్ ప్రకారం 200 కిలోమీటర్లు ప్రయాణించి, బద్రినాథ్ కు చేరాలి. పీపల్ కోట్ లో బస చేయాలి. ఆలస్యం అవడం వల్ల బస చేయకుండానే.రాత్రి 10 గంటల నుండి ప్రయాణం సాగింది. సాధారణ సమయం 8 గంటలు. అనుకూలంగా లేకపోతే 16 గంటలు కూడా అవుతుంది. మార్గమధ్యమంలో తెల్లారి ఉదయం 8 గంటలకు గోపేశ్వర్.హోటల్ లో ఆగి కాలకృత్యాలు తీర్చుకొని టిఫిన్ చేశారు. వెంట వచ్చే బోలేరో వాహనం కుక్ మధ్యాహ్న బోజనం ఏర్పాటు చేశాడు. తోవలో డాఖిమఠ్, అగస్త్యముని, రుద్రప్రయాగ, కర్ణ ప్రయాగ, జోషిమఠ్ లాంటి ప్రముఖ ప్రదేశాలు ఉంటాయి..గోపేశ్వర్ నుండి బద్రి 95 కిలోమీటర్ల ప్రయాణం. ఈ రోజు సాయంత్రం బద్రినాథ్ ప్రయాణం చేరుకొని, వెనుదిరగాలి. సాయంత్రం.5 గంటలకు బద్రీనాథ్ కి బస్సు చేరింది. అంటే ఒక స్టే తో 19 గంటల ప్రయాణం చేశారు.

రచయిత ఇక్కడ అదే రోజు బద్రినాథ్. ఆలయ దర్శనం చేసుకొన్నాడు. ఈ క్షేత్ర ప్రాధాన్యత గూర్చి వివరంగా రాశాడు. పక్కనే అలకనంద నదీ వేగంగా పారుతూ ఉంది. చమోలి జిల్లాలో బద్రినాథ్ దేవాలయం ఉంది. బద్రి నాథ్ 108 దివ్య వైష్ణవ క్షేత్రాలలో ఒకటిగా పరిగణిస్తారు. బద్రిలో యాత్రీకుల రద్దీ ఎక్కువగా ఉంటుంది. కేదార్ నాథ్ కంటే బద్రి నాథ్ ప్రయాణం సులువని రచయిత చెప్పుకొచ్చాడు. శ్రీ మహావిష్ణువు కొలువై ఉంటాడు. పదివేల అడుగుల పైనేఉంది. ఈ హిమాలయాలు ఉత్తర దిక్కున రక్షణగా కోట గోడలుగా ఉన్నాయి. కేదార్ లో శివుడు, బద్రిలో మహావిష్ణువు కొలువై ఉండి సమస్త భారతజాతిని కాపాడుతున్నారని రచయిత పొంగిపోయి రాశారు. బదరిక.అంటే రేగు పండ్లు అని అర్థం. బదరికా వనం, బదరికాశ్రమం అని కూడా అంటారు. చలిని లెక్క చేయక మహావిష్ణువు తపస్సు చేసినపుడు మహాలక్ష్మీ భార్య రేగు చెట్టయి రక్షణగా నిలిచిందట. మహాభారతంలో

పేర్కొన్న నరనారాయణులు అర్జునుడు, కృష్ణుడు ఇక్కడే తపస్సు చేశారు.కనుక, దీన్ని నరనారాయణ క్షేత్రమని పిలుస్తారు.

బద్రీనాథ్ వద్ద అనేక సందర్శనా స్థలాలు ఉన్నాయి. ఇండో చైనా సరిహద్దు గ్రామమైన, భారత్ చివరి గ్రామమైన మానా గ్రామం, సరస్వతీ నది, పాండవుల స్వర్గద్వారం, మహాభారతం రాసిన వ్యాస గుహ, లిఖించిన గణేశ గుహ ఇవన్నీ ఉన్నాయి. సమయం లేక పోవడం వల్ల చూడలేక పోయినట్లు రాశాడు. ఇవన్నీ బద్రీనాథ్ నుండి అయిదారు కిలో మీటర్ల దూరంలో ఉంటాయని రచయిత పేర్కొన్నారు. ఆదిశంకరులు స్థాపించిన జోషీ మట్ 40 కిలోమీటర్ల దూరంలో ఉంది. శీతల కాలంలో బద్రీ దేవాలయాన్ని మూసి వేసి, ఆ విగ్రహాలను జోషిమట్ లోని నరసింహ స్వామి దేవాలయానికి తరలించి ఆరు నెలలు పూజలు చేస్తారు. కేదార్ నాథ్ లో అయితే ఊకి దేవాలయానికి తరలించి పూజలు చేస్తారు.

బద్రీనాథ్.సమీపంలోని అలకనందా తీరంలో బ్రహ్మకపాలం ఉంది. ఇక్కడే పెద్దలకు పిండాలు పెట్టుకొంటారు. కేరళ రాష్ట్రానికి చెందిన నంబూద్రి బ్రాహ్మణులు బద్రీ గుడిలో పూజారులుగా ఉంటారు. కేదార్ నాథ్, బద్రీనాథ్.దేవాలయాల పాలన చూడడానికి స్వతంత్రంగా ఒకే కమిటీ ఉంటుంది. 18 వ శతాబ్దంలో కాశ్మీరీ రాజు. గులాబ్ సింగ్ చే కొత్తగా నిర్మాణం చేయబడింది. యాభై అడుగుల గోపురం. ఒక అడుగు లోపున బద్రీనాథుడి నల్ల రాతి (విష్ణుమూర్తి)విగ్రహం ఉంది. పార్కింగ్ నుండి గుడి వరకు అరగంట కాలి నడక ప్రయాణం ఉంటుంది. అలకనంద నది.దాటి ఇనుప బ్రిడ్జి పై వెళ్ళాల్సి ఉంటుంది. తప్తకుండ్, నారద కుండ్ అనే వేడి నీటి కుండాలు ఉంటాయి. అక్కడ స్నానాలు చేసి రాత్రి 9 గంటల వరకు దర్శనాలు చేసుకొని, ఆ రోజు రాత్రి జీయర్ స్వామి ఆశ్రమంలో టిఫిన్స్ తిని బస చేశారు. తెల్లవారి అనగా మే 21 వ తేదీన బ్రహ్మకపాలం లో అలకనంద నదీ తీరాన పిండప్రదానాలు చేసుకొని,

హరిద్వార్ మీదుగా అక్కడి నుండి ఢిల్లీకి బయలు దేరారు. బద్రీ నాథ్ నుండి హరిద్వార్ 307 కిలో మీటర్ల దూరం ఉంటుంది.

తిరుగు ప్రయాణంలో మార్గ మధ్యమంలో ఎనిమిది శతాబ్దాల నాటి ధారీ దేవాలయంలో ఆగారు. ధారీ దేవతను ఉత్తరాఖండ్ పోషక దేవతగా,.చార్ ధామ్ రక్షకురాలిగా పిలుస్తారు. మార్గ మధ్యమంలో ఉన్న దేవ్ ప్రయాగ గూర్చి రాశాడు. ఇక్కడ అలకనంద, గంగోత్రి నుండి వచ్చే భాగీరథీ నదులు వచ్చి, సంగమమై గంగానదిగా పారుతుంది. దేవ్ ప్రయాగ పంచ ప్రయాగ క్షేత్రాలలో చివరిది. విష్ణు, నంద, కర్ణ, రుద్ర, దేవ్ ప్రయాగలు కలిసి పంచ ప్రయాగ్ లుగా పిలుస్తారు. ప్రయాగ్ అంటే సంగమం అని అర్థం. దేవ ప్రయాగలో సంస్కృత విశ్వవిద్యాలయం ఉంది. దేవ ప్రయాగ నుండి హరిద్వార్ 91 కిలోమీటర్లు. హరిద్వార్ చేరాక మరో బస్సు ఎక్కి 222 కిలోమీటర్ల దూరంలో ఉన్న ఢిల్లీకి అయిదారు గంటల్లో మే 22 న ఉదయం ఢిల్లీకి చేరుకొన్నారు. ఢిల్లీ కరోల్ బాగ్ లాడ్జిలో బస చేసి స్నానాదులు ముగించి, టిఫిన్ చేసి ఢిల్లీలో స్వామి నారాయణ మందిరం మధ్యాహ్నం లోగా దర్శించుకొని వచ్చి, భోజనాల తర్వాత ఢిల్లీ రైల్వే స్టేషన్‌లో సాయంత్రం 4 గంటలకు రైలు.ఎక్కితే 23 మధ్యాహ్నం వరకు రామగుండం రైల్ స్టేషన్లో దిగి బొలెరో వాహనం లో ఇంటికి చేరే.వరకు మధ్యాహ్నం మూడు దాటింది. అలా మా చార్ ధామ్ యాత్ర విజయవంతంగా ముగిసింది అంటారు రచయిత. అలా సఫలీకృతమైన చార్‌ధామ్ యాత్రను చేసివచ్చిన సబ్బని గారికి అభినందనలు.

తేది : 25-11-2024. **సంకేపల్లి నాగేంద్ర శర్మ,**

కరీంనగర్. **సెల్: 80748 26371**

నా చార్ ధామ్ ఆధ్యాత్మిక యాత్ర

పూర్వాపరాలు

యాత్రలు చేయడం కూడా యాదృచ్ఛికం అనిపిస్తుంది జీవితంలో. కొన్ని అనుకోకుండానే యాత్రలు చేయడం జరుగుతుంది అలా వెళ్ళిందే అమెరికా యాత్ర, చార్ ధామ్ యాత్ర కూడా. మా పెద్దబ్బాయి అమెరికా వెళ్ళిందు కాబట్టి 2017 వేసవిలో మొదటిసారి అమెరికా వెళ్లి అమెరికాలోని ముఖ్యమైన ప్రదేశములు చూసి తర్వాత అక్కడ కొన్ని సాహిత్య సభల్లో కూడా పాల్గొని 'అమెరికా సాహితీ సౌహార్ద యాత్ర ' అనే పేరున 2017లోనే అమెరికా యాత్ర రాశాను..రెండవసారి 2018 లో అమెరికా వెళ్ళినప్పుడు నవంబర్ మాసం చలికాలం వలన ఎక్కువ చూడలేకపోయాను కాబట్టి అప్పుడు ఏమి రాయలేదు.

కాలగమనంలో నేను 2024 జనవరిలో కలకత్తా యాత్ర ఒక సాహితీ సమావేశంలో పాల్గొనడానికి వెళ్లాను. దాన్ని పుస్తకం గా వెయ్యలేదు కానీ ఫేస్బుక్ మిత్రుల కోసం రాయడం జరిగింది. 20 ఏళ్ల క్రితం మచిలీపట్నం యాత్ర చేశాను నాగేంద్ర శర్మ మరియు ఇతర మిత్రులతో కలిసి, అప్పుడు రావి రంగారావు గారు సాహిత్య సభలకు మచిలీపట్నం ఆహ్వానించారు. నిజంగా ఆ యాత్ర చాలా గొప్పది. మచిలీపట్నం మొదలుకొని కృష్ణానది సముద్రంలో కలిసే చోటు హంసలదీవి వరకు వెళ్ళాము..ఎన్నో ముఖ్యమైన ప్రదేశాలు శ్రీకాకుళము, కూచిపూడి, ఘంటసాల, అవనిగడ్డ, మొవ్వ మొదలైన క్షేత్రాలు దర్శించాము.

భువనేశ్వర్ సాహితీ యాత్రలో భాగంగా పూరి, కోణార్క్ భువనేశ్వర్, కటక్ లను దర్శించడం జరిగింది. ఉదయపూర్ సాహిత్య సభలకు వెళ్ళినప్పుడు అద్భుతమైన ప్రదేశములు మౌంట్ అబూ, ఉదయపూర్, చిత్తోడ్ గడ్, అజ్మీర్ జైపూర్, పుష్కర్లను సందర్శించడం జరిగింది. 30 ఏళ్ల క్రితం ఉపాధ్యాయుడుగా ఢిల్లీకి సి.సి. ఆర్.టి. వారి ట్రైనింగ్ కొరకు వెళ్లినప్పుడు భారతదేశపు వెయ్యేండ్ల రాజధాని ఢిల్లీని సందర్శించడం జరిగింది. అప్పుడే ఆగ్రా,.ఫతేపూర్ సిక్రీ, హరిద్వార్,ఋషికేష్, మధుర, బృందావనములను కూడా దర్శించడం జరిగింది. అప్పటి ఫోటోలన్నీ ఇప్పుడు నా దగ్గర భద్రంగా ఉన్నాయి. కర్ణాటక రాష్ట్రంలోని హంపి, తుంగభద్ర విజయనగర సామ్రాజ్యపు విశేషాలు దర్శించడం జరిగింది. 2022 వ సంవత్సరములో పాండిచ్చేరి వెళ్ళినప్పుడు ఒకనాటి ఫ్రెంచ్ కాలనీ అయినా శ్రీ అరబిందో ఆశ్రమం నిలయమైన పాండిచ్చేరిలో నాలుగు రోజులు ఉండి పాండిచ్చేరి విశేషములు దర్శించడం జరిగింది.. తిరుగు ప్రయాణంలో మద్రాసు, మహాబలిపురంలోని విశేషములు కూడా చూడడం జరిగింది. 2023లో మళ్లీ నాగేంద్ర శర్మతో పాండిచ్చేరి వెళ్ళినప్పుడు అప్పుడు ఆ వారం రోజుల్లో పాండిచ్చేరి, చిదంబరం, వైదీశ్వరన్ కోయల్, కుంభకోణం, తంజావూరు, తిరుచురాపల్లి, శ్రీరంగం, జంబుకేశ్వర్ మొదలగు ప్రదేశములు చూడడం జరిగింది. 2005, 2006 సంవత్సరంలలో మొదటి సారి సాయి నగర్ మిత్రులతో కలిసి మొదటిసారి సాధారణ వ్యక్తిగా శబరిమలకు వెళ్లడం జరిగింది. అప్పుడు మధురై,.గురువాయూరు, పళణి, కన్యాకుమారి,.రామేశ్వరం,.కంచి తిరుపతి, కాణిపాకం, వేలూరు స్వర్ణ దేవాలయం లాంటి పుణ్యక్షేత్రములను దర్శించాము. తర్వాత ఐదు సార్లు అయ్యప్ప మాల వేసుకుని అయ్యప్ప దీక్షతో శబరిమల యాత్ర చేశాను. నా యాత్రలు అన్నీ ఎక్కువగా సాహితీ యాత్రలతోనే కలిసి ఉంటాయి. మన ఆంధ్రదేశంలోని గురజాడ విజయనగరం కాళి పట్నం శ్రీకాకుళం కథా నిలయము, విశాఖపట్నం, అనకాపల్లి, రాజమండ్రి,

విజయవాడ, కోనసీమ, తిరుపతి, అనంతపురం,.కడప, రాఘవేంద్ర స్వామి మంత్రాలయం, కర్నూలు, శ్రీశైలం, పుట్టపర్తి, మహానంది, కదిరి, వేమన, బ్రహ్మంగారి మఠాలు, లేపాక్షి మొదలకు ప్రదేశములు దర్శించడం జరిగింది. సరిగ్గా 25 ఏండ్ల క్రితం శారద, పిల్లలతో కలిసి షిరిడి యాత్ర చేయడం జరిగింది..రెండవసారి కూడా మళ్లీ షిరిడి యాత్రకు వెళ్ళడం జరిగింది. ఆ యాత్రలలో భాగంగా అజంతా,ఎల్లోరా,.ఔరంగాబాద్, ఘృష్ణేశ్వర్, దేవగిరి కోట,.శని సింగనాపూర్.మొదలగు ప్రదేశములు చూడడం జరిగింది.

ఒకసారి 25 ఏళ్ల క్రితం బొంబాయి, భీమండి, టాన పట్టణాలను కూడా సందర్శించడం జరిగింది. తెలంగాణలోని రామప్ప, సమ్మక్క మేడారం,.కోటిలింగాల ధూళికట్ట, ధర్మపురి, వేములవాడ, యాదగిరి, కొండగట్టు, కొమురెల్లి, భద్రాచలం, బాసర, ఆదిలాబాద్ జిల్లా ఉట్నూరు, ఇంద్రవెల్లి, నాగోబా జాతర, గోదావరి నది పోచంపాడు ప్రాజెక్ట్, కాళేశ్వరం, ప్రదేశాలు చూడడం జరిగింది. వరంగల్ ఫోర్ట్, హైదరాబాద్ పట్టణం గోల్కొండ చార్మినార్, సింగరేణి బెల్ట్ బెల్లంపల్లి నుండి కొత్తగూడెం వరకు వివిధ.ప్రదేశాలను దర్శించడం జరిగింది.

బహుశా యాత్రలు జీవితంలో ఒక భాగం. వాటిని ఒన కూర్చుకొని ముందుకు సాగాలి మనిషి. ఇంకా కాశ్మీరు, కాశీ, పంజాబ్ ప్రాంతాలు, అయోధ్య, ఈశాన్య రాష్ట్రాలు చూడవలసి ఉంది. గ్రీక్ రోమన్ నాగరికతలకు నిలయమైన యూరప్ దేశాలను చూడాలని ఉంది. వీలు చేసుకొని ఈ భూ ప్రపంచాన్ని చుట్టి రావాలని ఉంది ఒక సాహిత్య కళా పిపాసిగా!

ఎంతటి విభిన్నమయిన భాషలు, సంస్కృతి కలది ఈ భారత దేశం!.భక్తి అనే ఒక భావన, దేవుడు అనే ఒక కాన్సెప్ట్ ఈ దేశాన్ని నాటి నుండి నేటి వరకు కలిపి ఉంచుతుంది, ఉత్తర, దక్షిణ, తూర్పు, పశ్చిమ ప్రాంతాలుగా ఉన్న ఈ దేశాన్ని. ఆదిశంకరుల నాలుగు మఠాలు కర్ణాటకలోని చిక్కమగ్లూర్‌లోని శ్రీ శృంగేరి శారదా

పీఠం,ఉత్తరాఖండ్‌లోని గర్వాల్ ప్రాంతంలోని బద్రి నాథ్ దగ్గరి.జ్యోతిర్ (జోషీ) మఠం,.గుజరాత్‌లోని ద్వారకలో కాళికా మఠం,.ఒడిశాలోని పూరిలో గోవర్ధన మఠం స్థాపించారు తొమ్మిదవ శతాబ్దంలో ఈ ఐక్యత కోరే! ఈ దేశంలోని భాషలు సంస్కృతులు ఒక్కటే కదా! ఈశాన్య రాష్ట్రాల మణిపురి నృత్యం, ఉత్తరాది కథక్, దక్షిణాది భరత నాట్యం, కథాకళి, నాట్య కథలన్నీ ఒక్కటే కదా! ఆ శివుడు, రాముడు, కృష్ణుడు, ఆ వానర ఆంజనేయుడు ఒక్కడే కదా సువిశాల దేశంలో! ఈ మూల సూత్రం మీదనే ఈ దేశం వర్ధిల్లుతుంది.

ఎంత గొప్పది ఈ భారత దేశం! ఎంతటి పుణ్యధాత్రి ఈ దేశం! ఇక్కడి నదులు నదాలు పవిత్రం! ఇక్కడి చెట్లు చేమలు ఆరోగ్యం ఆనందదాయకం! ఇక్కడి కొండలు కోనలు ఎంత గొప్పవి! సజీవ నదులకు నిలయమై, దేశానికి రక్షణ కవచంగా నిలిచి ఉన్న ఇక్కడి హిమాలయాలు ఎంత గొప్పవి! ఎన్నో విషయములకు, విశేషములకు ఈ భారతదేశం చాలా గొప్పది!.ఇలా నా మిగతా యాత్ర విశేషాలు అన్నింటిని కూడా గ్రంధస్థం చేస్తే బాగుండునని అనిపించింది, యాత్ర చరిత్రకారులు డాక్టర్ మచ్చ హరిదాసు గారు సూచించారు కూడా!

ఇక నా చార్ ధామ్ యాత్ర గురించి చెపితే మైదాన ప్రాంతాలలో.చేసే యాత్రల కంటే హిమాలయ పర్వత సానువుల్లో చేసే ఈ యాత్ర ఒక సాహస యాత్ర..మానసిక ధైర్యము, ఆరోగ్యంగా ఉండి చేయవలసినటువంటి యాత్ర ఇది. నాకు 64 ఏళ్ల వయసు ఉన్ననాడు కలిసి వచ్చింది ఈ యాత్ర..ముఖ్యంగా ప్రకృతి కరుణించాలి, మన ప్రయాణం సాఫీగా సాగుతుంది ఈ యాత్రలో. మేము నడివేసవి మే 9, 10 తేదీల్లో వెళ్ళాము. రైలు, బస్సు, నడక, పోనీ గుర్రముపై ప్రయాణము. చార్ ధామ్ యాత్ర అంటేనే అబ్బో అని భయపడే వాళ్ళు ఉంటారు, భయపెట్టే వాళ్ళు ఉంటారు కానీ అంత భయపడవలసిన పనిలేదు. వాతావరణం బాగుంటే పర్వాలేదు అన్ని సర్దుకుంటాయి. ప్రకృతిని మనిషి జయించలేడు కదా, ఈ యాత్రను గమనిస్తే

తెలిసింది. అక్కడక్కడ రోప్ వే సౌకర్యం ఉంటే బాగుంటుంది అనిపించింది. చార్ ధామ్ రైలు ప్రాజెక్టు సౌకర్యం వస్తుంది అని తెలుస్తుంది ఒకటి రెండు ఏండ్లల్లో. అది వస్తే కొంత దూరం ప్రయాణం సులభతరం అవుతుంది..హెలికాప్టర్ సౌకర్యం కూడా ఇంకా ఎక్కువ చేస్తే బాగుంటుంది. ప్రభుత్వం పరిధిలోని శుభ్రత, శుచి, సౌచాలయాల మెరుగు తీరు మంచినీటి వసతి ఇలాంటి సౌకర్యాలు ప్రభుత్వాలు ఇంకా కల్పించాలి. మూగజీవులైన పోనీలకు సరియైన నీరు ఆహారము అందేటట్లు చూడాలి, వాటి చికిత్స కోసం కూడా చర్యలు తీసుకోవాలి. ఇంకా ఇక్కడ కొన్ని విషయాలు చెప్పాలి దేవుడు యెడల భక్తి అన్నా, మతము అన్నా.అందులో హిందూమతము అన్నా ద్వేష భావం గల వాళ్లు, నాస్తికులు వివిధ రకములైన వ్యాఖ్యానాలు చేస్తుంటారు..ఈ మతం, భక్తి వలన.జనుల సంపద అంత వృధా అయిపోతుంది అనే వాళ్ళు కూడా ఉన్నారు..దానికి ఒకటే సమాధానము హిందూ మతము, హిందూ మత జీవన విధానం చాలా గొప్పది. ఈ మతంలోని గొప్ప విశేషము వస్తు వినియోగము వలన జీవనోపాధి లక్షల మంది కోట్ల మందికి లభిస్తుంది. ఈ భక్తితో చేసే యాత్రల వల్ల హిందూదేశంలో భక్తి పేరు మీద దేవుడు పేరు మీద ఉపాధి దొరుకుతుంది. ప్రజలకు వస్తు వినియోగం అవుతుంది కూడా,.ప్రభుత్వాలకు కూడా ఇది ఆదాయం వనరుగా కూడా ఉంటుంది. కుంకుమ, పసుపు, కొబ్బరికాయలు, నూనె, నెయ్యి,కాయ, పండు, వత్తులు, బియ్యము, తేనె, పాలు,.నీళ్లు,.చక్కెర, వస్త్రములు, సర్వము వినియోగం జరుగుతుంది ఈ భక్తి మార్గంలో. యాత్రికుల అవసరాలకు కాలి జోడునుంచి మస్తకం వరకు మనిషి ధరించే ప్రతి వస్తువు అమ్మకం, కొనుగోలు, వినియోగం జరుగుతుంది. కులములు, మతములతో సంబంధం లేకుండా ఆ వస్తు వినియోగంలో అందరూ ఉపాధి పొందుతుంటారు, అలా జీవనం కొనసాగిస్తున్నారు. ఇది తిరుగులేని సత్యం. ఇలాంటి భక్తి భావనతో యాత్రా జీవనం లేకుంటే, ఈ భక్తి పేరున వస్తు వినియోగం

జరుగకుంటే ఈ భారతదేశం జీవనం మీద, ప్రజల బతుకు దెరువు మీద ఒకింత ప్రభావం తప్పకుండా పడుతుంది. ఇలా హిందువుల యాత్రలు, పండుగలు, భక్తి, పెండ్లిళ్లు, పేరంటాలు, శుభకార్యాలు పది మందికి పనికి వచ్చేవి, బతుకు దెరువును ఇచ్చేవి. నిర్మలమైన మనసుతో.దర్శనీయ క్షేత్రాలు దర్శించడం వలన మనిషి మానసిక ఆరోగ్య వంతుడు, శారీరక ఆరోగ్య మంతుడు కూడా అవుతాడు. నాకైతే చార్ ధామ్ యాత్రకు ముందు నాకున్న కొలెస్ట్రాల్ 270 ఉంటే యాత్ర తర్వాత 150 కి వచ్చింది. బరువు అయిదు కిలోలు తగ్గిన. యాత్రలో నడవడం వలన నేను పొందిన ఆరోగ్య అనుభూతి ఇది. ఇదంతా క్రమంగా 13 రోజులు నడువడం వలన అని తెలిసింది. నడక ఎంతో ఆరోగ్యం మనిషికి అని అర్థం అయ్యింది.

ఇలాంటి చార్ ధామ్ యాత్రలు, అయ్యప్ప యాత్రలు, బాలాజీ దర్శన యాత్రలు, భవాని మాల, అంజన్న మాల, వినాయక మాల యాత్రలు, ఉత్తర భారత దేశ కావడి యాత్రలు మానవ మనుగడకు పరోక్షంగా సహకరిస్తున్నాయి. బస్సులు, ఆటోలు, రైళ్లు, విమాన ప్రయాణాలు, ఎంతటి డబ్బు వినియోగం, లాభం ప్రభుత్వాలకు, నిర్వాహకులకు అందుతుంది.

ప్రకృతి ద్వారా లభించే పండు, కాయ, ఫలం, పుష్పం తో సహా.ప్రతి వస్తువు వినియోగం లోనూ.అది ఈ దేశ ప్రజలకు ఒక ఉపాధి అవుతుంది. ఇది మూఢ భక్తి అని కొట్టి పారేసే వాళ్ళు కూడా ఉంటారు. కానీ భక్తి భావన మనిషికి శక్తిని ఇస్తుంది, ఆసరాను ఇస్తుంది, భుక్తిని కూడా ఇస్తుంది. ఈ దేశంలో ఎన్ని దేవాలయాల దగ్గర అన్నదానం జరుగుతుందో ఎందరికి తెలుసు, మానసికంగా, శారీరకంగా పరిశుద్ధుణ్ణి చేస్తుంది భక్తి భావన. ఇవన్నీ కాదని కేవలం భౌతిక వాదిగా వీటిని

కాదనడం అది వారి అజ్ఞానం.

పరస్పర ప్రేమ, సేవా భావం, ఐకమత్యం, సహానుభూతి, ఒకరి కష్టాల్లో ఒకరు కలిసి ఉండడం, అందరిలో ఉల్లాసంగా ఉండడం, ప్రకృతిని పరిశీలించడం, ఇవన్నీ అలవడతాయి ఇలాంటి యాత్రల వలన. నిజంగా భారతదేశం సుందర దేశం! ఏ స్విట్జర్లాండ్, నార్వేనో వెళ్లి.చూడనక్కర లేదు.ప్రకృతి అందాలను, అంతకు మించి అందమైన ప్రదేశాలు మన ఉత్తర భారత దేశ హిమాలయాల సానువుల్లో ఉన్నాయి. మన భారతీయులకు టూరిజం మీద అవగాహన తక్కువ, మనము టూరిజంను అంతగా డెవలప్ చేసుకోలేదోమో! దేవుడి పేరు మీద అలానైనా యాత్రలు చేస్తున్నారు. కొండల్లో, కోనల్లో నదుల ఒడ్డున కొలువై ఉన్న దేవుళ్లను దర్శించడానికి వెళ్తారు అమాయకమైన ప్రజలు భక్తితో, అది కూడా గొప్పనే!

కానీ రాళ్లు రప్పలు, బీచ్ లు మాత్రమే ఉన్న అమెరికా అందమైన నగరాలను నిర్మించుకొని, గ్రాండ్ కేనియన్ లాంటి రాళ్లు రప్పలను, ఎల్లో స్టోన్ పార్క్ లాంటి ప్రకృతి సంపదను, బీచ్ లను పర్యాటక కేంద్రాలుగా చేసుకొని వర్ధిల్లుతుంది. అపారమైన శిల్ప కళా సంపద, నదులు, బీచ్‌లు, సుందర హిమాలయాలు, వనాలు, ప్రకృతి సంపద పుష్కలంగా ఉన్న మనదేశం టూరిజంను ఎంతగానో ప్రోత్సహించవచ్చు. ఈ దేశం లోని ఎన్నో ప్రదేశాలను ఇంకా టూరిస్ట్ కేంద్రాలుగా ప్రోత్సహిస్తే అది ఒక ప్రజలకు జీవనోపాధి అవకాశం అవుతుంది. భారతదేశం యాత్ర కేంద్రంగా కూడా వర్ధిల్లుతుంది. నిజానికి చెప్పాలంటే మన లక్షల్లో వెళ్ళే చార్‌ధామ్ యాత్రికులకు సరిపడే వనరులు, వసతులు కూడా లెవ్వు అని తెలుస్తుంది. ఒకో దగ్గర వాహనాలకు సరిపడే పార్కింగ్ సదుపాయం లేదు. అందుకు గాను బహుళ అంతస్థుల భవనాల్లో పార్కింగ్ సౌకర్యం కల్పించాలి. వీలు ఉన్న ప్రదేశాల్లో రోప్ వే సౌకర్యం కల్పించాలి. మన తిరుపతి పుణ్య క్షేత్రములా యాత్రికులు దిగిన తరువాత దేవాలయం దగ్గరకు వెళ్లడానికి బ్యాటరీ వాహనాలను ఏర్పాటు చెయ్యాలి. అంతస్థుల భవనాలలో యాత్రికులకు వసతులు కల్పించాలి. చలి ప్రదేశం కాబట్టి వేడి నీటి వసతి

కల్పించాలి. నాలుగు గంటలు కావలసిన ప్రయాణం ఒకోసారి యెనిమిది, పన్నెండు గంటలు అవుతుంది. ఇరుకు రోడ్లు, సింగిల్ రోడ్ల వలన, ట్రాఫిక్ సమస్యలు ఎక్కువగా ఉంటాయి. అందుకే వంతెనలు ఎన్నో నిర్మించాలి. అధునాతన టెక్నాలజీతో లక్షల మంది ప్రజలకు రోడ్డు రవాణా సౌకర్యాలు విరివిగా కల్పించాలి. ఇవన్నీటితో.పోలిస్తే హెలికాప్టర్ ప్రయాణం సులభం, కానీ లక్షల మందికి హెలికాప్టర్ సౌకర్యం ఇచ్చే స్థితి లేదు. పాపం చార్ ధామ్ యాత్రికుడు ఇబ్బందులు పడుతూ దర్శనం చేసుకోవలసిందేమో! అయినా చార్ ధామ్ యాత్రికులకు రానున్న సంవత్సరాల్లో మంచి వసతులు, రవాణా సదుపాయాలు వస్తాయని కోరుకుందాం.

నా చార్ ధామ్ యాత్ర.జీవితంలో చేసిన గొప్ప సాహస యాత్ర. హిమాలయాల సానువుల్లో పుట్టిన ఆ జీవనదులు భాగీరథి, అలక్ నందా, మందాకినీ, యమునా, గంగా నదులు ఈ దేశాన్ని సస్యశ్యామలంగా ఉంచుతున్నాయి అనిపిస్తుంది. నీరు లేనిది మనిషి మనుగడ జీవం లేదు కదా! ఆ మంచు కొండల్లో కొలువై ఉన్న అక్కడి కేదారీషుడు, బద్రీనాథుడు పన్నెండు వేల అడుగుల ఎత్తున ఉన్న హిమాలయాలను మనకు రక్షణ కవచంగా ఉంచి విశాల ధాత్రి ఈ భారతావనిని కాపాడుతున్నారేమో అనిపిస్తుంది. నేను చూసిన చార్ ధామ్ యాత్రా దృశ్యాలు నా కన్నుల ముందు ఇంకా కనిపిస్తున్నాయి. మళ్ళీ వెళ్లి చూసి రావాలి చూడకుండా తప్పిపోయిన ప్రదేశాలని అని అనిపిస్తుంది. ఎప్పుడైనా వెళ్ళినపుడు తీరిగ్గా వెళ్ళండి, క్రమశిక్షణతో వెళ్ళండి, గ్రూప్‌తో కలిసి వెళ్ళండి, చాలా ట్రావెల్ ఏజెన్సీలు ఉన్నాయి. సంప్రదించి వెళ్ళండి! జీవితంలో చూడవలసిన అద్భుత యాత్ర చార్ ధామ్ యాత్ర!

సర్వే జనా సుఖినోభవంతు

కరీంనగర్. **సబ్బని లక్ష్మీ నారాయణ**

తేది: 2-12-2024.

కృతజ్ఞతలు

ముందుగా "నా చార్ ధామ్ ఆధ్యాత్మిక యాత్ర" కు సంకల్పంగా నిలిచిన, నాతో పాటు యాత్ర చేసిన మా సాయినగర్ సోదరీమణులు, శశికళ, రమ, విజయ, పద్మ, వెంకటమ్మ గార్లకు

మా యాత్రలో ఉత్సాహంగా గడిపిన మా సిద్దిపేట హరికృష్ణ దంపతులకు

యాత్రలో తొలి రోజు నుండి నాతో పాటు నా రూం మేట్ గా నా యాత్రా సహచరుడిగా ఉన్న సౌమ్యుడు సికింద్రాబాద్ కృష్ణకు

మా యాత్రలో సహ యాత్రికులు హైదరాబాద్ మిత్రులు జనార్దన్ రెడ్డి.మరియు వారి వియ్యంకుడు గార్లకు సాధ్యమైనంత వరకు మాకు యాత్రలో వీలు అయినన్ని ప్రదేశాలు ఓపికతో చూపించిన రెయిన్.బో ట్రావెల్స్ ప్రొప్రైటర్ నాని గారికి

మిగతా సిద్దిపేట, హైదరాబాద్, సికింద్రాబాద్ సహ.యాత్రికులకు

చార్ ధామ్ యాత్రలో నాకు తగిన సూచనలు చేసిన సాయినగర్ మిత్రులు వజ్జల ప్రకాష్, సురేందర్ రెడ్డి,

బొజ్జ రాజు గార్లకు, మిత్రుడు నారాయణ రెడ్డికి, ఆత్మీయంగా పలుకరించే స్నేహమయికి

నా శ్రేయోభిలాషి ప్రముఖ జ్యోతిష్యులు శ్రీ ఆకెళ్ళ కృష్ణమూర్తి గారికి,

ఆత్మీయంగా ముందు మాట అందించిన తొలి తెలుగు సాహితీ యాత్రా చరిత్ర కారులు డా. మచ్చ హరిదాసు గారికి,

చరిత్ర కారులు సంకేపల్లి నాగేంద్ర శర్మ గారికి,

పుస్తకం ముఖచిత్రం అలంకరించిన హరీష్‌కు, అచ్చు తప్పులు సరిచూసిన శ్రీవాసం శివనారాయణ గారికి,

పుస్తక ముద్రణ బాధ్యతగా తీసుకున్న కస్తూరి విజయం పామిరెడ్డి సుదీర్ రెడ్డి గారికి

నా యాత్రకు సహకరించిన మా శారదకు, పిల్లలు శరత్, వంశి, కోడలు సృజనకు

మా మనుమలు శ్రీయాన్, క్రితిన్‌లకు ఆశీస్సులు....

నా చార్ ధామ్ ఆధ్యాత్మిక యాత్ర

హిమాలయాలు చూడాలననేది నాకు ఎన్నో ఏండ్ల స్వప్నం. చార్ ధామ్ యాత్ర గురించి కూడా ఎన్నో ఏండ్ల నుంచి వింటున్నాను. యమునోత్రి, గంగోత్రి, కేదార్ నాథ్, బద్రి నాథ్ క్షేత్రాలు దర్శించాలి అని ముప్పై ఏండ్ల కింది నుంచే కోరిక ఉండేది. కానీ ఎన్నడూ సీరియస్ గా వెళ్లి రావాలి అని అనుకోలేదు. ముప్పయి ఏండ్ల కింద ఢిల్లీ చూశాను. అప్పుడు హరిద్వార్, హృషికేష్, ఆగ్రా, మధుర, బృందావనం వరకు మాత్రమే వెళ్లగలిగాను. హరిద్వార్, హృషికేష్ లు చార్ ధామ్ వెళ్ళడానికి ముఖద్వారాల లాంటివి. నా వయసు ఇప్పుడు అరవై నాలుగు. నిజానికి ఏ పది పదిహేను సంవత్సరాల క్రితమే చూడవలసిన ప్రదేశములు అవి. ఏ ఆరోగ్య సమస్యలు లేక యువకులుగా ఉన్నప్పుడే చూడవలసిన క్షేత్రాలు అవి. ముసలితనంలో పన్నెండు వేల అడుగుల పైన ఉన్న హిమాలయాల్లోని యమునోత్రి, గంగోత్రి, కేదార్నాథ్, బద్రి.నాథ్ లను చూడడం కష్టతరమైన పనే! వివిధ కారణముల వలన నాకు చార్ ధామ్ యాత్రను చేయడం వీలు పడలేదు. చివరికి 64 ఏండ్ల వయసులో అది సాధ్యం అయ్యింది. ఇప్పుడు కూడా మా యింటి దగ్గరి మిత్రులు

వెళుతున్నారు చార్ ధామ్ యాత్రకు అని తెలిసి వాళ్ళు టికెట్ బుక్ చేసుకున్న తర్వాత నేను టికెట్ బుక్ చేసుకోవడం జరిగింది హైదరాబాద్ లోని ట్రావెల్ ఏజెన్సీ ద్వారా. ఏది ఎప్పుడు ఎలా జరగాలో కాలం నిర్ణయిస్తుందేమో! మా యింటి దగ్గరి మిత్రులు ఆల్రెడీ నా కంటే నెలరోజుల ముందు ట్రావెల్ ఏజెన్సీ ద్వారా చార్ ధామ్ యాత్ర రైలు టికెట్స్ బుక్ చేసుకున్నారు..వాళ్ల ప్యాకేజీ 40 వేల రూపాయలు అని తెలిసింది. అందులో రాను పోను రైలు చార్జీలు, భోజన వసతి కలుపుకొని 12 రాత్రులు, 13 రోజుల ప్రయాణం. మా ప్రయాణం ఢిల్లీ, ఆగ్రా, మధుర, బృందావనం, హరిద్వార్, రుషికేశ్,యమునోత్రి, గంగోత్రి, కేదార్నాథ్, బద్రినాథ్ లను కలుపుకొని.ఉంది. చార్ ధామ్ యాత్ర గురించి కొన్ని ట్రావెల్ ఏజెన్సీ ద్వారా కనుక్కుంటే ఇరువై వేలల్లో యాత్రకు తీసుకపోయే వాళ్ళు, పాతిక వేలల్లో, ముప్పయి వేలల్లో, నలభై వేలల్లో, యాభై వేలల్లో, అరవై వేలల్లో యాత్రకు తీసుకపోయే వాళ్ళు కనిపించారు. కొందరు ఢిల్లీ నుండి, కొందరు హైదరాబాద్ నుండి యాత్రకు తీసుకపోయే వాళ్ళు కనిపించారు. వాళ్ల ఖర్చుతోనే ఢిల్లీ చూపించడం, ఆగ్రా, మధుర, బృందావనము, హరిద్వార్, రుషికేశ్ చూపించడం, రైలు టికెట్ వాళ్ళే భరించడం నయం అనిపించింది మిగితా ట్రావెల్ ఏజెన్సీ వాళ్ళ కంటే! రైలు టికెట్ సెకండ్ ఏసీ టికెట్ ఇస్తామన్నారు మా పాత కరీంనగర్ జిల్లా రామగుండం నుండి ఆగ్రా వరకు, మళ్ళీ ఢిల్లీ నుండి రామగుండం వరకు. మా కరీంనగర్ మిత్రులు నెల రోజుల ముందే అడ్వాన్స్ డబ్బులు కట్టి సెకండ్ ఏసీ టికెట్ బుక్ చేయించుకున్నారు. నేను చార్ ధామ్ యాత్ర వెళ్దాం అనుకునే వరకే సెకండ్ ఏసీ టికెట్ లు అయిపోయినాయి. థర్డ్ ఏసి టికెట్స్ కూడా లేవు. ఏసీ ఫస్ట్ క్లాస్ లో పది లోపు టికెట్స్ కనిపించాయి. సెకండ్ ఏసీ టికెట్ ధర 2500 వందల వరకు ఉంటే, ఏసీ ఫస్ట్ క్లాస్ టికెట్ ధర 4500 వరకు ఉంది. టికెట్ కావాలి కాబట్టి ఫస్ట్ క్లాస్ టికెట్ కు.నేను అదనపు డబ్బులు చెల్లిస్తానంటే

నాకు తెలంగాణ ఎక్స్ ప్రెస్ కు 10 వేల రూపాయలు అడ్వాన్స్ పంపిస్తే హైదరాబాద్ లోని.రెయిన్.బో ట్రావెల్ ఏజెన్సీ నానీ నాయుడు నాకు తెల్లవారి టికెట్స్ బుక్ చేశాడు. నిజానికి ఇంకో వెయ్యి రూపాయలు ఎక్కువ పెడితే విమానం టికెట్ కూడా వస్తుంది, అది తీసుకోవచ్చు. కానీ మా యాత్ర ప్రయాణం ఆగ్రా నుండి మొదలు అవుతుంది కాబట్టి ఆగ్రా లో ట్రెయిన్ దిగడానికి నేను నా తోటి మిత్రులు ఉన్నారు కాబట్టి వాళ్ల తోని వెళ్లి రావడానికి ప్రిఫరెన్స్ ఇచ్చి రైలు టికటే బుక్ చేయమన్నాను. నాతో పాటు నా భార్య శారదను చార్ ధామ్ యాత్ర కు తీసుకపోదాం అనుకున్నాను, కానీ తాను రానంది తనకు ఆస్తమా ఉంది అని. ఆమె అన్నట్లు 12000 అడుగుల ఎత్తున ఉన్న హిమాలయాల్లోని మంచుకొండల్లో చలిని తను తట్టుకోలేదు అని నేను కూడా వద్దన్నాను ఆమెను. ఆ తర్వాత చార్ ధామ్ యాత్ర గురించి యూట్యూబ్ లో వీడియోలు చూశాను. మిత్రులను.కూడా సంప్రదించాను చార్ ధామ్ యాత్ర గురించి.వెళ్ళిరండి అన్నారు మిత్రులు భరోసా ఇస్తూ. చార్ ధామ్ యాత్రలో మొట్ట మొదటిది యమునోత్రి యాత్ర, తర్వాత గంగోత్రి, తర్వాత కేదార్నాథ్ యాత్ర, చివరిది బద్రినాథ్.ఈ యాత్ర పాద యాత్ర ద్వారా చేస్తారు ఎక్కువలో ఎక్కువ మంది. యమునోత్రి, కేదార్నాథ్ లకు వెళ్ళడానికి నడకతో పాటు గుర్రంపై వెళ్లే, డోలిపై వెళ్లే సదుపాయం ఉంది. కేదార్ నాథ్ కు హెలి కాప్టర్ పై వెళ్లే అవకాశం కూడా ఉంది. ఇక గంగోత్రి, బద్రినాథ్ లకు బస్ పై వెళ్ళచ్చు గుడికి దగ్గరగా రెండు కిలో మీటర్ల వరకు అని చెప్పారు మిత్రులు. అలా మిత్రుల సూచనల మేరకు చార్ ధామ్ యాత్రకు వెళ్ళాలి అని నిర్ణయించుకున్నాను.

ఇక చార్ ధామ్ యాత్ర రిజిస్ట్రేషన్ ఉత్తరాఖండ్ టూరిజం బోర్డు వారి ద్వారా తప్పని సరిగా చేసుకోవాలి. ఒకో సందర్భాల్లో రిజిస్ట్రేషన్ చేసుకోని వాళ్ళను యాత్రకు అనుమతించరు.. 2024 సంవత్సరానికి గాను ఏప్రిల్ 15 నుండి రిజిస్ట్రేషన్ చేసుకునే

అవకాశం ఇచ్చారు. నేను రిజిస్ట్రేషన్ చేసుకున్నాను ఇంటి నుండే నా ఆధార్ కార్డు, ఫోన్ నెంబర్.మిగతా వివరాలు తెలియచేస్తూ. నాతో పాటు కరీంనగర్ సోదరీమణులు కూడా.చార్ ధామ్ యాత్రకు రిజిస్ట్రేషన్ చేసుకున్నారు. దానితో మనకు ఒక ఐడి నంబర్ వస్తుంది చార్ ధామ్ వెళుతున్న యాత్రికులుగా. కేదార్నాథ్ కొరకు హెలికాప్టర్ ను బుక్ చేసుకోవాలంటే ఈ రిజిస్ట్రేషన్ నెంబర్ తప్పని సరిగా ఉండాలి. కేదార్నాథ్ కు హెలికాప్టర్ ద్వారా వెళ్ళడానికి IRCTC official website ద్వారా టికెట్ బుక్ చేసుకోవడానికి ఏప్రిల్ 20 నాడు స్లాట్ బుకింగ్ కోసం వెబ్సైట్ ఓపెన్ అవుతుంది అని చెప్పారు. అందుకు గాను IRCTC కి లాగ్ ఇన్ అయి పాస్వర్డ్ క్రియేట్ చేసుకుని టికెట్ బుక్ చేసుకోవాలని అన్నారు. నేను నా తో పాటు కరీంనగర్ సోదరీమణులు కూడా ల్యాప్ టాప్, సెల్ ఫోన్ లు ఓపెన్ చేసి సైట్ ఓపెన్ చేసి లాగ్ ఇన్ అయి పాస్వర్డ్ క్రియేట్ చేసుకుని టికెట్ కోసం ట్రై చేశాం. ఓటిపి రాలేదు. చూస్తుండగానే, సర్వర్ బిజి వచ్చింది. స్లాట్స్ అన్నీ అయిపోయినాయి రెండు గంటల్లోనే. మాకు హెలికాప్టర్ పై వెళ్లే అవకాశం దొరుక లేదు. అయినా ఫేస్ బుక్ ద్వారా ఎందరో ప్రకటనలు ఇస్తున్నారు హెలికాప్టర్ ద్వారా కేదార్నాథ్ వెళ్ళడానికి అవకాశం ఉంది అని. కానీ అప్పటికీ చెపుతున్నారు మిత్రులు. ఇవన్నీ ఫేక్ సైట్లు అని, ఫేక్ హెలికాప్టర్ టికెట్స్ ఇస్తారు అని. అయినా చూద్దాం అని నేను WhatsApp phone ద్వారా సంప్రదించాను ప్రవీణ్ అనే అతన్ని. అతను హిమాలయన్ హెలికాప్టర్ సంస్థ తరఫున అని చెప్పాడు. మా దగ్గర కొన్ని రిజర్వ్ టికెట్స్ ఉంటాయి అని చెప్పాడు. సగం డబ్బులు ముందుగా పంపితే టికెట్ పంపుతా అన్నాడు. మిగతా సగం టికెట్ పంపిన తర్వాత ఇమ్మన్నాడు. ఆ టికెట్ పై నమ్మకం లేక నేను ఒక కేదార్నాథ్ పైకి వెళ్ళడానికి మాత్రమే టికెట్ తీసుకున్నాను. కేదార్నాథ్ కు హెలికాప్టర్ పై వెళ్లడానికి గుప్త కాశి నుండి గాని, పాటానుండి గాని, సిర్సి నుండి గాని వెళ్ళవచ్చు.

పాటా నుండి వెళ్ళడానికి 2750 రూపాయలకు గాను, నేను మొదట 1650 రూపాయలు పంపాను, అతను టికెట్ పంపాడు. మిగతా 1100 పంపాను. కానీ తర్వాత తేలింది ఏమిటి అంటే అది ఫేక్ టికెట్ అని. ఆ టికెట్ విషయంపై వివరాలు అందచేస్తూ నేను హిమాలయన్ హెలికాప్టర్ సంస్థ వారికి టికెట్ వివరాలు అందచేస్తు మెయిల్ పెట్టాను. వారు దానికి స్పందించి ఆ వ్యక్తికి మా సంస్థకు ఎలాంటి సంబంధం లేదు. అది ఫేక్ టికెట్. మీరు ఈ టికెట్ విషయమై సైబర్ నేరం కింద కేసు బుక్ చేసుకోండి అని ఉత్తర్ ప్రదేశ్ పోలీసుల ఫోన్ నంబర్లను, పిర్యాదు చేసే మెయిల్ అడ్రస్ ను పంపారు. టికెట్ ఇచ్చినతన్ని ఫోన్ ద్వారా సంప్రదిస్తే, అతడు ఫోన్ ఎత్త లేదు ఎన్ని సార్లు చేసినా. కావున ప్రయివేటు వ్యక్తుల ద్వారా హెలికాప్టర్ సర్వీస్ బుక్ చేసుకోవద్దు అని అర్థం అయ్యింది.

కరీంనగర్, రామగుండం స్టేషన్ నుండి
మా ప్రయాణం ప్రారంభం
మొదటి రోజు తేది: 9-5-2024

మా యాత్ర 9-5-2024 గురువారం నాడు కరీంనగర్ లో మొదలయ్యింది. నేను, సాయినగర్ సోదరీమణులు రమ, శశిరేఖ, కాపువాడ సోదరీమణులు విజయ, పద్మ, అశోక్ నగర్ యోగా మాస్టర్ వెంకటమ్మగారు కరీంనగర్ నుండి బయలు దేరాం. గోదావరిఖని నుండి శశికళ గారి మరదలు వచ్చి మాతో జైన్ అవుతారు రామగుండంలో అని చెప్పారు. ఇక శశికళ గారి చిన్నమ్మ ఢిల్లీలో ఉంది కాబట్టి ఆగ్రాలో గాని, బృందావనంలో గాని మాతో.జాయిన్.అవుతారు అని తెలిసింది. మా టూర్ లో మిగతా వారు సిద్దిపేట మరియు సికింద్రాబాద్ కు చెందిన వారు. మాకు దగ్గరి రైలు స్టేషన్ రామగుండం. తెలంగాణ ఎక్స్‌ప్రెస్ సమయం ఉదయం తొమ్మిది

గంటల 30 నిమిషాలకు. మేము ఉదయం 6 గంటలకు కరీంనగర్ నుండి తవేరా వాహనం మాట్లాడుకొని బయలు దేరాం. ఉదయం ఏడున్నర వరకే రామగుండం స్టేషన్ కు చేరుకున్నాం. గోదావరిఖని నుండి మా గ్రూపు లోని సోదరీమణి శశి కళ గారి మరదలు వచ్చి మా యాత్రలో జాయిన్ అయ్యింది. స్టేషన్ లోనే మా అల్పాహారం తీసుకున్నాము. ఆ అల్పాహారం గోదావరిఖని సోదరీమణి మా అందరి కోసం తీసుక వచ్చింది. ఓ అరగంట లేటుగా మా ట్రెయిన్ తెలంగాణ ఎక్స్ప్రెస్ వచ్చింది.

అందరం ట్రెయిన్ ఎక్కాం. నాది ఫస్ట్ క్లాస్ ఏసి బోగి, మిగతా వాళ్ల అందరిది సెకండ్ క్లాస్ ఏసి. అయినా పక్కపక్కనే ఉన్నాయి బోగీలు. ట్రెయిన్ మొత్తానికి ఫస్ట్ క్లాస్ ఏసి బోగి ఒక్కటే ఉంది. సెకండ్ క్లాస్ ఏసి బోగీలు రెండు ఉన్నాయి. ట్రైన్లో సిద్ధిపేట నుండి వచ్చే, హైదరాబాద్ నుండి వచ్చే యాత్రికులు మాకు కలిశారు. మొత్తం మా గ్రూపులో ఉన్నవాళ్ళం 27 మందిమి. మా ట్రెయిన్ రామగుండం, మంచిర్యాల, బెల్లంపల్లి, కాగజ్ నగర్ దాటుకుంటూ మధ్యాహ్నం వరకు బల్లార్ష దాటి చంద్రాపూర్ చేరుకుంది. మధ్యాహ్నానికి మా కరీంనగర్ సోదరీమణులు పులిహోర తీసుక వచ్చారు తినడానికి. నాకు ఫోన్ చేస్తే వెళ్లి పులిహోర తిని వచ్చాను. సాయంత్రం 4 గంటల వరకు ట్రెయిన్ నాగ్ పూర్ చేరుకుంది. మేము దిగవలసింది ఆగ్రా కాంట్. ఉదయం 4.30 కి ఆగ్రా కాంట్ చేరుకుంటుంది. రైట్ టైంలో మా ట్రెయిన్ వెళ్లితే ఉదయం 4.30 కి ఆగ్రా కాంట్ లో దిగండి అని మా చార్ ధామ్ యాత్ర ప్రయాణ గ్రూప్ లో మెసేజ్ పెట్టాడు మా ట్రావెల్ ఏజెన్సీ ఓనర్ నానిగారు. కానీ ట్రెయిన్ అప్పటికే గంటన్నర లేట్ నడుస్తుంది. సమయానికి చేరుకోక పోవచ్చు అనిపించింది. రాత్రి ఎనిమిది గంటల సమయంలో మా కరీంనగర్.సోదరీమణులు ఫోన్ చేశారు రాత్రి భోజనానికి. ఆ రాత్రి పూటకు వారు ఇంటి నుండి గోధుమ రొట్టెలు తెచ్చారు మా అందరి కొరకు. ఆ రాత్రి గోధుమ రొట్టెలు తిన్నాను అందరితో పాటు.

తెల్లవారి అలారం పెట్టుకొని లేవాలి, నన్ను కూడా లేపండి ఫోన్ చేసి అని అందరికీ చెప్పి నేను నా బోగికి వెళ్ళిపోయాను. నాది ఫస్ట్ క్లాస్ ఏసి. బోగీ కాబట్టి ఒక క్యాబిన్లో నాలుగు బెర్తులు ఉన్నాయి ఎదురు ఎదురుగా అటు రెండు, ఇటు రెండు చొప్పున. క్యాబిన్ కు డోర్ లాక్ కూడా ఉంది, సైడు కటుక కూడా ఉంది. అయినా నేను డోర్ కటుక పెట్ట లేదు. నా దగ్గర ఉన్న లగేజ్ ఒక సూట్ కేసు, ఒక వీపుపై వేసుకునే ల్యాప్ ట్యాప్ బ్యాగ్, ఇంకోటి హ్యాండ్ బ్యాగ్. చార్ ధామ్ యాత్రలో టూర్ ప్యాకేజీ 40 వేలు కాకుండా అదనంగా పర్సనల్ గా ఇరవై వేల వరకు ఖర్చు అవుతాయి. నేను దగ్గర 15000 రూ ఉంచుకున్నాను. ఒక పది వేల రూపాయలు పర్సులో పెట్టుకొని షర్ట్ జిప్ పాకెట్లో పెట్టుకున్నాను. ఇంకో అయిదు వేల రూపాయలు ప్యాంట్ వాచ్ పాకెట్లో పెట్టుకున్నాను, అందులోంచి రూపాయలు కారిపోకుండా పిన్నీస్ కూడా పెట్టినాను ముందు జాగ్రత్తగా. అలారం పెట్టుకున్నాను కాబట్టి మెలకువ వచ్చింది. అప్పుడు ఎందుకో సడన్ గా నా షర్ట్ జిప్ పాకెట్ చూసుకున్నాను. జిప్ తీయబడి ఉంది. జేబులో పర్స్ లేదు. భయం వేసింది ఎవరైనా తీసుకున్నారా నేను నిద్రలో ఉన్నపుడు అని. పర్స్ లో పదివేలు ఉన్నాయి, ఆధార్, డ్రైవింగ్ లైసెన్స్, పాన్ కార్డులు ఉన్నాయి. రైలు ఫస్ట్ క్లాస్ ఏసి. బోగీలో కూడా దొంగ తనాలు జరుగుతాయా.అనిపించింది. కొద్దిగా బాధ పడ్డాను నా అజాగ్రత్తకు. పడుకునే ముందు బోగి కంపార్ట్మెంట్ తలుపు గొళ్ళెం పైది, పక్కది పెట్టి ఉండాల్సింది. కంపార్ట్మెంట్ లోని మిగతా ముగ్గురు నిద్రలో ఉన్నారు. ఒకసారి లైట్ వేసాను. నా బెడ్ పక్కన కంపార్ట్మెంట్ మధ్యలో నా పర్స్ కనిపిస్తుంది. తీసుకొని చూశాను. డబ్బులు లెక్కపెట్టాను. పదివేలు ఉన్నాయి. మనసులో థ్యాంక్ గాడ్ అనుకున్నాను. మరి ఎలా కింద పడింది జిప్ తొలగించుకొని జేబు లోంచి పర్స్? బహుశా రైలు కుదుపులకు జిప్ జరిగి పర్స్ ఒత్తిడికి జిప్ జారి పర్స్ బయట పడిందేమో అనిపించింది. ఇక అలాంటి అవకాశం ఇవ్వకుండా పర్స్

జేబుకు జిప్ పైన రెండు పిన్నీసులు పెట్టాను. అప్పుడు చూశాను రైలు ఎక్కడ ఉంది అని. రైలు రెండు గంటల లేట్ నడుస్తుంది అని అర్థం అయ్యింది. మా రైలు రాత్రంతా ప్రయాణం చేసి భూపాల్, ఝాన్సీ, గ్వాలియర్ దాటింది. ఇంకో రెండు గంటలకు అంటే ఆరున్నర గంటలకు మా రైలు మమ్ములను ఆగ్రా కాంట్ స్టేషన్లో దించుతుంది అని అర్థం అయ్యింది. బ్యాగులను అన్నీ సర్ది ఉంచాను. ముఖం కడుక్కొని కాల కృత్యాలు తీర్చుకున్నాను. ఒక అర లీటరు మంచి నీళ్ళు త్రాగాను. చిన్నగా కొద్దిసేపు బ్రీతింగ్ ఎక్సర్ సైజ్ లు చేశాను. మా కరీం నగర్ సోదరీమణులకు ఫోన్ చేశాను ఉదయం ఆరు గంటలకు. ఒక కప్పు టీ కూడా త్రాగాను. సరిగ్గా ఉదయం ఆరున్నర గంటలకు రెండు గంటల ఆలస్యంగా మమ్మల్ని రైలు.ఆగ్రా స్టేషన్లో దించింది. అందరం రైలు దిగాం భద్రంగా మా సామాన్లతో పాటు. మా సిద్ది పేట హరి కృష్ణ ఆగ్రా రైలు స్టేషన్లో ఒక సెల్ఫీ ఫోటో తీసిండు.

నా చార్ ధామ్ యాత్ర-
ఆగ్రా కోట సందర్శనం
రెండవ రోజు తేది: 10-5-24

మేము ఆగ్రాకు 10-5-24 శుక్రవారం ఉదయం చేరుకున్నాం. మేము స్టేషన్ నుండి బయటకు వచ్చేవరకు మా కోసం 27 సీట్ల ఏ సి బస్ రడీగా ఉంది. ఒక అరగంటలో మా ట్రావెల్ ఏజెన్సీ నాని గారు మమ్ములను ఒక హోటల్ కు తీసుకువెళ్ళారు. ఇద్దరికీ ఒక రూం చొప్పున ఏ.సీ. రూమ్స్ తీసుకున్నాడు. నాతో పాటు నా రూం మేట్ గా సేకింద్రాబాద్ కు చెందిన కృష్ణను ఆలాట్ చేశాడు. మేము కాల కృత్యాలు తీర్చుకొని స్నానాదులు ముగించి కిందికి వచ్చాం. ఇడ్లీ, వడ టిఫిన్ రెడీగా ఉంది. మాకు భోజన వ్యవస్థ కొరకు ఒక కుక్ ను, ఇద్దరు వర్కర్లను తీసుకువచ్చాడు మా ట్రావెల్ ఏజెన్సీ నాని. వారికి ఒక తవేరా వాహనం కూడా ఆరెంజ్ చేశాడు. వాళ్ల పని మాకు ఉదయం కాఫీ, టిఫిన్,మధ్యాహ్నం లంచ్, రాత్రి టిఫిన్ అందచేయడం. ఆ రోజు టిఫిన్ చేసిన తర్వాత మమ్ములను ఆగ్రా ఫోర్ట్ చూసి రమ్మన్నాడు..ఆనాడు శుక్రవారం కాబట్టి తాజ్ మహల్ చూడడానికి సెలవు దినం అన్నాడు. కాబట్టి మధ్యాహ్నం ఒంటిగంట వరకు ఆగ్రా ఫోర్ట్ చూసి రమ్మన్నాడు బస్ పై వెళ్లి. మేమందరం ఆగ్రా ఫోర్ట్ వెళ్లాం. టికెట్ తీసుకొని ఆగ్రా ఫోర్ట్ లోకి ప్రవేశించాము. ఒకనాటి మొఘల్ సామ్రాజ్య వైభవ చిహ్నం ఆగ్రా ఫోర్ట్. ఎర్ర రాయితో కట్టబడింది. మొఘల్ చక్రవర్తి అక్బర్ దీనిని 1565 వ సంవత్సరంలో నిర్మాణం గావింప చేశాడు. తర్వాతి మొఘల్ పాలకులు జహంగీర్, షాజహాన్, ఔరంగాజేబ్ పాలన కింద ఉన్న

ప్రాంతం అది. జహంగీర్ పాలన తర్వాత అతని కుమారుడు షాజహాన్ తన భార్య ముంతాజ్ మహల్ పేరిట ఆమె మరణాంతరం యమునా నది ఒడ్డున తాజమహల్ ను నిర్మించాడు అంటారు. ఆగ్రా ఫోర్ట్ నుండి అల్లంత దూరంలో ఆకర్షణీయంగా కనిపించింది ఆ తాజ్ మహల్. అది పాలరాతితో 1631–1653 మధ్య కాలంలో నిర్మించబడి ప్రపంచ ఏడు వింతలలో ఒకటిగా ప్రసిద్ధి చెందింది. అక్కడి సుందర భవన నిర్మాణాలు, దివాన్ ఏ ఖాస్ లు, దివాన్ ఏ ఆమ్ లు సౌష్ఠవ నిర్మాణంలో ఉండి చూపరులను ఆకర్షిస్తాయి. మండు వేసవిలో చల్లగా ఉండడానికి చలువరాతి మందిరాలు ఉన్నాయి అక్కడ. గోడలకు పై కప్పులకు వజ్రాలు వైడుర్యాలు పొదిగిన దాఖలాలు కనిపించాయి అక్కడ. రాజులు పోయారు, రాజ్యాలు పోయాయి. ఒకనాటి వైభవ చిహ్నాలు నేడు బోసిపోయి కనిపిస్తున్నాయి. చుట్టూ కందకం అందులో నీళ్ళు నిండి మొసళ్ళతో ఉండేది అంటారు శత్రు దుర్భేధ్యంగా,.ఇంకోవరుసలో క్రూర మృగాలు సంచరించడానికి కందకాలు ఉన్నాయి అంటారు. 70 ఫీట్ల ఎత్తుతో, 2.5 కి. మీ పరిధిలో విస్తరించి ఉన్నా ఎర్ర రాయి మరియు ఇటుకలతో నిర్మించబడిన శత్రు దుర్భేధ్యమైన కోట అది. దాని నిర్మాణానికి ఎనిమిది సంవత్సరాలు పట్టింది అంటారు. ఆ కోటను ఆ పూట ఎర్రటి ఎండలో సందర్శించి కోటలో, కోట ముందు కొన్ని ఫోటోలు దిగి మా బస్ వస్తే మళ్ళీ హోటల్ రూం చేరుకుని భోజనం గావించి గంట రెస్ట్ తీసుకొని లగేజీ బస్ లో పెట్టి మళ్ళీ ఆ సాయంత్రం మధుర, బృందావనం చూడడానికి బయలు దేరాం.

మధుర, బృందావనం సందర్శనం:

ఆగ్రా నుండి మధుర కు 56 కి.మీ. ఒక గంటలో వెళ్ళచ్చు. మమ్ములను బస్ లో మధుర తీసుక వెళ్లి గుడికి కొద్ది దూరంలో బస్ ఆపి మమ్మల్ని అందరినీ ఆటోలలో వెళ్లి శ్రీ కృష్ణ జన్మ స్థానం మరియు శ్రీకృష్ణ మందిరం చూసి గంటలో రమ్మన్నాడు బస్ దగ్గరికి నాని. మేము మనిషికి పది రూపాయలు చెల్లించి ఆటోలో గుడికి వెళ్లాం. మధుర ఆలయంలో హై సెక్యూరిటీ ఉంది, శ్రీ కృష్ణ జన్మస్థానం పక్కన మసీదు

ఉన్నందుకు ఏమో అనిపించింది. బ్యాగులను మమ్ములను మిషన్ ద్వారా చెక్ చేసి లోనికి పంపించారు.

మేము మధురలో రాధా కృష్ణుల మందిరాన్ని, శ్రీ కృష్ణుడు పుట్టిన ప్రదేశం జైలు భాగాన్ని సందర్శించి వెను దిరిగి బస్ వద్దకు వచ్చాం గంటలో. అక్కడ మా మనుమలకు రెండు పిల్లనగ్రోవిలు, మేళ తాళాలు కొనుక్కొని వచ్చి బస్ లో.కూచున్నాను. అక్కడి నుండి మా బస్సు.పార్కింగ్ ప్లేస్ కు వెళ్ళింది. అప్పుడు సమయం సాయంత్రం అయిదు దాటి పోయింది. మమ్ములను మా టూర్ ఓనర్ బృందావనం చూసి రమ్మన్నాడు. ముఖ్యంగా ఇటీవల ఏర్పాటు గావింపబడిన ప్రేమ మందిరం ను చూసి రమ్మన్నాడు. ప్రేమ మందిరం చూసి రావడానికి రెండు మూడు గంటలు పడుతుంది అన్నాడు. మేము మనిషికి వంద రూపాయలు అప్ అండ్ డౌన్ ఆటో మాట్లాడుకొని ప్రేమ మందిరం వెళ్ళాము. లైట్లు పడుతున్నాయి అప్పుడు. ప్రేమమందిరం -ఇది మధుర లోని బృందావనంకు సమీపంలో 54 ఎకరాల విస్తీర్ణంలో గల ఆధ్యాత్మిక కేంద్రం.

ఈ దేవాలయం శ్రీకృష్ణ దేవాలయాలలో అధునాతనమైనది. ఈ దేవాలయ నిర్మాణం ప్రసిద్ధ ఆధ్యాత్మిక గురువు అయిన "క్రిపాలు మహారాజ్" చే స్థాపించబడింది. ప్రధానమైన ప్రేమమందిరం లో రాధా కృష్ణులు పూజలు అందుకుంటున్నారు. మందిరం చుట్టూ శ్రీ కృష్ణుడి లీలలు తెలిపే కాళీయ మర్దనం, గోవర్ధన పర్వతం, శ్రీ కృష్ణుడి రాస లీల, బాల కృష్ణుడి లీలలు అద్భుతమైన బొమ్మల రూపంలో తీర్చిదిద్దబడి ఉన్నాయి. ఒకవైపు అద్భుతమైన మ్యూజికల్ ఫౌంటెన్స్ కూడా ఉన్నాయి. దేవాలయ నిర్మాణ పనులు జనవరి 14, 2001 మొదలుపెట్టడం జరిగింది అని తెలుస్తుంది. దీని నిర్మాణంలో 800 మంది కళాకారులు,నైపుణ్యముగల పనివారు, నిపుణులు పాలు పంచుకున్నారు అంటారు. వీరు దేశంలోని వివిధ ప్రాంతాల నుండి వచ్చి రాత్రి,పగలు నిరంతరం కృషి చేసి పూర్తిగా మార్బుల్స్ తో నిర్మాణం గావించారు. దీని నిర్మాణానికి సుమారు 11 సంవత్సరాలు పట్టింది అంటారు. ఈ దేవాలయ ప్రారంభోత్సవ వేడుకలు ఫిబ్రవరి 17, 2012 న జరిగినవి. ఈ దేవాలయం ఆ రాత్రి వేళలో చూడడం ఒక కన్నుల పంట. ఒక ఆనంద హేల! రాధా కృష్ణుల ప్రేమకు ఒక అద్భుత నీరాజనం అది. రాత్రి తొమ్మిది కావచ్చింది మేము ప్రేమ మందిరం దర్శనం చేసుకొని పార్కింగ్ ప్లేస్ కు చేరుకోవడానికి. మేము ఇక అసలైన బృందావనం చూసే అవకాశం రాలేదు. రాత్రి పది గంటల వేళ మాకు పార్కింగ్ ప్లేస్ లోనే టిఫిన్ పెట్టారు. మేము టిఫిన్ చేసి మా బస్ ఎక్కి మా టూర్ ఓనర్ సూచనల మేరకు హరిద్వార్ బయలు దేరాం బస్సులో. మధుర నుండి హరిద్వార్ 353 కి.మీ. ప్రయాణం 6 గంటలు పడుతుంది అన్నారు. తెల్లవారే వరకు మేము హరిద్వార్ లోని హోటల్ కు చేరుకున్నాం.

నా చార్ ధామ్ యాత్ర

హరిద్వార్ సందర్శనం

మూడవ రోజు తేది: 11-5-24

మేము తేది 11-5-2024 నాడు ఉదయం 7 గంటల వరకు హరిద్వార్ లోని హోటల్ చేరుకొని కాలకృత్యాలు తీర్చుకొని గంగా స్నానమునకు బయలుదేరాం ఆటోలు మాట్లాడుకొని. హరిద్వార్ ఉత్తర భారతదేశంలోని ఉత్తరాఖండ్ రాష్ట్రంలోని.ముఖ్యమైన పుణ్యక్షేత్రం, హిమాలయ పర్వతాల నుండి పుట్టిన గంగానది ఇక్కడి నుండి ప్రవహిస్తుంది. అనేక పవిత్రమైన ఘాట్‌లలో ఇది అతి పెద్దది, ఇక్కడి హర్ కీ పౌరి ఘాట్ లో రాత్రిపూట గంగా హారతి కార్యక్రమం ప్రతిదినం నిర్వహిస్తారు. ఈ నదిలో స్నానము చేసి భక్తులు చిన్న చిన్న దీపాలను నదిలో భక్తి పూర్వకంగా వదిలి పెడుతారు. ముప్పయి సంవత్సరాల క్రితం CCRT వారి ఉపాధ్యాయ శిక్షణలో భాగంగా ఢిల్లీకి వచ్చినపుడు హరిద్వార్ ను సందర్శించిన జ్ఞాపకం వచ్చింది. ఆ ముప్ఫయి ఏండ్ల క్రితం గంగానది కి ఇలా మెట్లు కట్టి ఘాట్ రూపంలో లేదు. ఓపెన్ గా ప్రవహించేది మట్టి గడ్డల ధరులతో గంగా..ఇప్పుడు మెట్లతో కూడుకొని స్నాన ఘట్టాలతో సురక్షితంగా తీర్చి దిద్దారు యాత్రికుల సౌకర్యార్థం. హరిద్వార్ లో గంగా నది చాలా వడివడిగా, వేగంగా ప్రవహిస్తుంది. ఏ మాత్రం ఏమరు పాటుగా ఉన్నా నదిలో కొట్టుక పోవాల్సిందే. గంగా నది నీళ్ళు అతి శీతలంగా ఉంటాయి అక్కడ. నేను, నాతో వచ్చిన మిత్రులం గంగలో మూడు మునకలు మునిగి గంగా స్నానం చేసి, గంగలో దీపాలు వెలిగించి నీటిలో వదిలి పెట్టినాము. కొత్త బట్టలు ధరించి మళ్ళీ

సజ్జని లక్ష్మీ నారాయణ

మా హోటల్ రూంకు చేరుకున్నాం. హోటల్ లో ఉదయం పూట మాకు ఆల్ బజ్జి టిఫిన్ చట్నీతో పెట్టినారు. అందరికీ కాఫీ పోసినారు. ఉదయం పది నుండి పదకొండు గంటలవరకు మేము ఆ ఊరిలోని ఎత్తైన కొండలపై ఉన్న దేవాలయాలు చూడడానికి బయలు దేరినాము ఆటోలు మాట్లాడు కొని. ఎత్తైన గట్ల పై ఉన్న.ఆ మూడు దేవాలయాలు చూడడానికి రోప్ వే సౌకర్యం ఉంది. ఆ రోప్ వే టికెట్స్, దర్శనం మరియు ఆటో టికెట్స్ కలిపి మనిషికి 850 రూ. అన్నారు. అవి చెల్లించి మేము ఆటోల్లో నాలుగైదు గ్రూపులుగా ఏర్పడి మొత్తం 27 మందిమి దర్శనానికి బయలు దేరాం. అక్కడ రోప్ వే ద్వారా చూడ వలసింది మొదట అంజనీ మాత దేవాలయం, ఇంకోటి చండిమాత దేవాలయం. ఇవి రెండు ఒక దగ్గర ఉన్నాయి. చండీ దేవి ఆలయం, హిమాలయాల యొక్క దక్షిణ పర్వత శ్రేణి అయిన శివాలిక్ కొండల తూర్పు శిఖరాగ్రంపై నీల్ పర్వతం పైన ఉంది. ఆ కొండను ఆనుకొని ఉన్న ఇంకొక గట్టుపై వాయు పుత్ర హనుమాన్ తల్లి అంజనీ మాత దేవాలయం ఉంది. ఈ రెండు

దేవాలయాలను ఒకేసారి రోప్ వే ద్వారా వెళ్లి దర్శించుకొని రావచ్చు. మాకు అందరికీ దర్శనానికి రోప్ వే ప్రత్యేక దర్శనం టికెట్స్ ఉన్నాయి కాబట్టి మమ్ములను దర్శనానికి తీసుకొని వచ్చిన ఏజెంట్ మమ్ములను ఆలస్యం కానీయకుండా రోప్ వే ద్వారా పైకి పంపించాడు. ఉదయం 11 గంటలకే ఎండలు మండి పోతున్నాయి. రోప్ వే దిగిన తర్వాత ఒకటి రెండు కిలో మీటర్లు నడువవలసి వచ్చింది ఆ గట్లపైన. ఆ రెండు దేవాలయాల దర్శనం అయిపోయి మళ్ళీ రోప్ వే పై కిందికి రావడానికి రెండు గంటల పైనే సమయం పట్టింది. అప్పటికి సమయం రెండు గంటలు కావస్తోంది. ఆ రోప్ వే టికెట్ పైనే మేము హరిద్వార్ లోని ఇంకో ప్రసిద్ధ క్షేత్రం మానసాదేవి టెంపుల్ ను దర్శించుకోవలసి ఉంది.

మధ్యహ్నం అయినా భోజనాలకు వెళ్లకుండా మానసా దేవి దేవాలయం దర్శనానికి వెళ్లాం అందరం ఆటోలపై. అక్కడ ఆటోలు దిగిన తర్వాత ఒక కిలో మీటర్ నడువ వలసి వచ్చింది. మానసా దేవి ఆలయం, హరిద్వార్ లోని ప్రసిద్ధమైన దేవాలయం. శివుని మనసు నుండి పుట్టింది కాబట్టి మానసా దేవి అంటారు ఆ దేవిని. ఈ ఆలయం హిమాలయాల యొక్క దక్షిణాన ఉన్న పర్వత శ్రేణి అయిన శివాలిక్ కొండలపై బిల్వపర్వతముపై ఉంది..బిల్వ తీర్థం అని కూడా పిలువబడే ఈ ఆలయం హరిద్వార్‌లోని పంచ తీర్థాలలో ఒకటి. మేము దర్శనానికి ప్రత్యేక టికెట్స్

తీసుకున్నాము కాబట్టి మా అందరినీ ఆలస్యం చేయించకుండా రోప్ వే ద్వారా పంపించారు మానసా దేవి దర్శనానికి. ఆనాడు భక్తుల రద్దీ బాగా ఉంది శనివారం కాబట్టి. మేము మానసా దేవి దర్శనం చేసుకొని క్రిందికి వచ్చేవరకు సాయంత్రం నాలుగు గంటలు దాటిపోయింది. అప్పటికీ మధ్యాహ్న భోజనం తినే అవకాశం దొరక లేదు. కుంకుమ, ప్రసాదం, నచ్చిన బొమ్మలు వస్తువులు కొనుక్కొని మా హోటల్ కు చేరుకొని భోజనం గావించాము. ఒక గంట రెస్ట్ తీసుకున్న తర్వాత సాయంత్రం ఆరున్నర ప్రాంతంలో గంగా హారతి ఉంటుంది పోదాం అన్నారు మిత్రులందరూ. మళ్ళీ ఆటోలపై గంగా నది ఒడ్డుకు చేరుకున్నాం. అప్పుడు సాయంకాలం సమయం ఆరున్నర దాటిపోయి పావుతక్కువ ఏడు కావస్తుంది. సూర్యాస్తమయ సంధ్యా సమయం. నది ఒడ్డున ఉన్న గుడి దగ్గర, నది ఒడ్డున ఉన్న ప్రత్యేక శిబిరం వద్ద గంగా హారతి సన్నాహాలు చేస్తున్నారు. మేము కూడా గంగా హారతి సన్నివేశంలో పాలుపంచుకున్నాం. ఆ నిర్మల సాయం సంధ్యా సమయంలో పవిత్రమైన గంగా హారతి గానం వింటుంటే, ఆ హారతి సన్నివేశాలు చూస్తుంటే, మనసు పులకరిస్తుంది.

"ఓం జయ గంగే మాత, శ్రీ జయ గంగే మాత.
జో నర్ తుమకో ధ్యావత్, మన్ వాంఛిత్ ఫల్ పాతా।
చంద్రసి జ్యోతి తుమ్హారీ, జల నిర్మల్ ఆతా ।
శరణ పడే జో తేరీ, సో నర తర జాతా ।
పుత్ర సాగర్ కే తారే, సబ్ జగ్ కే జ్ఞాత
కృప దృష్టి తుమ్హారీ, త్రిభువన సుఖదాత ।
ఎక హీ బార్ జో తేరీ శరణాగతి ఆతా ।
ఆరతి మాత తుమ్హారీ జో జననిత గాతా ।
దాస్ వహీ సహజ మేం ముక్తి కో పాతా.॥

భారత దేశంలో కాశి, హరిద్వార్, రుషికేశ్ లలో ప్రతి రోజూ సాయంత్రం సంధ్యా సమయంలో గంగా హారతి జరుగుతుంది. వందలాది, వేలాదిమంది భక్తులు గంగా హారతిలో భక్తి పూర్వకంగా పాల్గొంటారు, గంగా హారతిని తిలకిస్తారు. గంగలో దీపాలను కూడా వదిలి పెడుతారు. స్వయంగా నేను నా తోటి మిత్రులు గంగకు హారతి ఇచ్చాం స్వహస్తాలతో. ఆ సాయంత్రం గంగా హారతి తర్వాత మళ్ళీ ఆటోలపై హోటల్ రూంకు చేరుకున్నాం.నిజానికి హరిద్వార్ అంటే హరికి ద్వారం అని అర్థం. దేవభూమి అని పేరుబడ్డ ఉత్తరా ఖండ్ లోని హరిద్వార్, రుషికేశ్ లు హిమాలయ సానువుల్లో ఉన్న యమునోత్రి, గంగోత్రి, కేదార్నాథ్, బద్రినాథ్ లు చేరుకోవడానికి ముఖ ద్వారాల్లాంటివి. హరిద్వార్ కు ఇంకో పేరు కూడా ఉంది అది మాయానగరం. ఇక్కడ మాయాదేవి ఆలయం కూడా ఉంది. హిందూ పురాణాల ప్రకారం ప్రసిద్ధమైన ఏడు పుణ్య క్షేత్రాలలో ఈ హరిద్వార్ (మాయానగరం) ఒకటి.

"అయోధ్యా మధురా మాయా కాశీ కాంచీ అవంతిక
పురీ ద్వారవతి చైవ సప్తైతా మోక్షదాయికా"

అని గరుడ పురాణంలో ఉంది. అయోధ్య, మధుర, హరిద్వార్, కాశి, కంచి, అవంతిక మరియు ద్వారక ఈ ఏడు పవిత్ర స్థలాలు మోక్షాన్ని కలిగించే సప్త నగరాలు అని అంటారు. ప్రతి 12 సంవత్సరాలకి ఒక సారి జరిగే కుంభమేళ ఉత్సవం హరిద్వార్ లోనే జరుగుతుంది అనే విషయం జగత్ ప్రసిద్ధం. ఆ కుంభ మేళాకు లక్షల మంది భక్తి ప్రపత్తులతో హాజరు అవుతారు.

భారతీయ పురాణాల ప్రకారం, పాల సముద్రమును చిలికినప్పుడు వెలువడిన అమృత బాండంను గరుడ పక్షి తీసుక వెళుతున్నపుడు ప్రమాదవశాత్తూ అమృత బిందువులు పడిపోయిన నాలుగు ప్రదేశాలు అయిన ఉజ్జయిని, నాసిక్, ప్రయాగతో పాటు, హరిద్వార్ ఒకటి. ఆ అమృత బిందువులు పడిపోయిన ప్రదేశం, హర్ కి పౌరి

("భగవంతుని అడుగుజాడలు") గా ప్రసిద్ధి నాటి నుండి. మరియు ఈ హర్ కి పౌరి హరిద్వార్ యొక్క అత్యంత పవిత్రమైన ఘాట్‌గా చాలా ప్రసిద్ధి చెందింది. హరిద్వార్ లో గంగాద్వారా, కుష్వర్త్, కంఖాల్, నీలి పర్వతం, బిల్వ పర్వతం ఈ అయిదు పవిత్రమైన పంచ తీర్థాలు అని ప్రసిద్ధి.ఒక్క రోజు హరిద్వార్ చూస్తే సరిపోదు. కనీసం రెండు మూడు రోజులు అయినా అవసరం. ఇలా హరిద్వార్ ఎన్నో దేవాలయాలకు, యోగుల ఆశ్రమాలకు ప్రసిద్ధి. ప్రసిద్ధ యోగ గురువు రాందేవ్ బాబా గారి పతంజలి యోగాశ్రమం హరిద్వార్ లోనే ఉంది. హరిద్వార్ దేశ రాజధాని ఢిల్లీకి 223 కి.మీ. దూరంలో ఉంటుంది. ఉత్తరాఖండ్ రాజధాని డెహ్రాడూన్ హరిద్వార్ కు 52 కి.మీ. దూరం ఉంటుంది. అక్కడ విమానాశ్రయం కూడా ఉంది. చార్ ధామ్ యాత్రలో భాగంగా విమానంలో వచ్చేవాళ్ళకు ఢిల్లీ వచ్చి అక్కడి నుండి హరిద్వార్ బస్ పైనో, రైలు పైననో చేరుకొనే కంటే డెహ్రాడూన్ కు విమానంలో చేరుకోవడం మంచిది. హరిద్వార్, ఋషి కేశ్, డెహ్రాడూన్ ల గుండానే చార్ ధామ్ యాత్ర మొదలు అవుతుంది. అలా అయిదారు గంటల సమయం, ఏడు ఎనిమిది వేల విమాన చార్జీలు కూడా ఆదా అవుతాయి.

ఇలా హరిద్వార్ లో మాకు వీలు అయిన ప్రదేశాలు మాత్రమే సందర్శించి ఆ రాత్రి పూట భోజనం చేసి అక్కడి హోటల్ లోనే బస చేశాము. అక్కడ మేము బస చేసిన ఆ హోటల్ పేరు విచిత్రంగా అనిపించింది ఫ్రెంచ్ పేరులా. హోటల్ ప్రోప్రైటర్ను అడిగాను పేరు ఇలా ఫ్రెంచి పేరు పెట్టారు ఏమిటి అని. నాకు తెలియదు సార్, నేను ఈ హోటల్ ను ఒకరి దగ్గర లీజ్ కు తీసుకొని నడిపిస్తున్నాను. అతని పెట్టిన పేరే అది అన్నాడు. ఆ హోటల్ పేరు 'లా ఒలివియా'. డబుల్ షేరింగ్ లో మాకు ఏసి రూమ్ ఇచ్చారు ఆ హోటల్లో. దాని ఒక రోజు రెంట్ రెండు వేల రూపాయలు, సౌకర్యవంతంగానే ఉంది.

నా చార్ ధామ్ యాత్ర

రుషికేశ్ సందర్శనం మరియు బర్కొట్ ప్రయాణం.

నాల్గవరోజు తేది: 12-5-24

మేము తేది 11-5-2024 నాడు రాత్రి హరిద్వార్ లోని హోటల్ ఒలివియా లోనే బస చేశాం. తెల్ల వారి 12-5-2024, ఉదయం ఏడు గంటలకు రిషికేష్ బయలు దేరాలి అన్నాడు మా రేన్ బో ట్రావెల్ ఏజెన్సీ ప్రొప్రైటర్ నాని గారు. మేము ఉదయం 6 గంటల వరకే కాల కృత్యాలు తీర్చుకొని, స్నానాదులు ముగించి, కొత్త బట్టలు ధరించి.వస్తువులు అన్నీ సర్దుకొని తయారయినాము. ఆ ఉదయం పూట మా సూట్ కేసులు, బ్యాగులు అన్నీ సర్దు కొని వచ్చి హోటల్ వరండా హాల్లో కూర్చున్నాము. అప్పటికే హోటల్ ముందుకు ఉన్ని దుస్తులు అమ్మేవాళ్ళు, మఫ్లర్లు, ఉలన్ టోపీలు, చేతులకు గ్లోవ్స్, రేన్ కొట్స్, థర్మల్ వేర్ అమ్మేవాళ్లు, సూట్ కేసులు బాగు చేసే వాళ్ళు అందరూ వచ్చి మా లాడ్జ్ ముందట దిగారు. హరిద్వార్, రుషికేశ్ దాటితే ఇక కొండ ప్రాంతమే. కొండలపై ఎత్తుకు ప్రయాణం చేయడమే. మా యమునోత్రి యాత్ర తేది 13-5-2024 నాడు ఉంది. అక్కడ విపరీతమైన చలి ఉంటుంది కాబట్టి ఎవరి జాగ్రత్తలో వారు ఉన్ని వస్తువులు కొనుక్కోవాల్సిందే. నేను మాత్రం కరీంనగర్ లోనే థర్మల్ వేర్ కొనుక్కున్నాను. గ్లౌజ్ , నెత్తి క్యాప్, మెడ చుట్టూ స్కార్ఫ్ మా వంశీ ఆన్ లైన్ లో ఆర్డర్ పెట్టి తెప్పించాడు. రేన్ కోట్ మంచిదే ఇంటివద్ద ఉంది తీసుక వచ్చాను నాతో. కొండలపై ట్రెక్కింగ్ ఉంటుంది కాబట్టి మంచి బూట్లు, సాక్స్ కూడా తెచ్చు కున్నాను. మంచు కొండల్లో చలిని తట్టుకోవాలి కాబట్టి ఇవన్నీ తెచ్చుకోవలసి ఉంటుంది. అలా ఇంటి నుండి తెచ్చుకోలేని వాళ్ళు హోటల్ ముందట వాటిని అమ్మే

వాళ్ల దగ్గర ఖరీదు చేశారు. కొద్దిగా బేరం ఆడితే కొద్దిగా తగ్గింపు ధరలలోనే ఇస్తారు అని అర్థం అయ్యింది. ఆ ఉదయం పూట ఎనిమిది గంటల లోపు మాకు టిఫిన్ చేసి పెట్టారు మా భోజన సిబ్బంది. టిఫిన్ చేసిన తర్వాత ఎవరి బ్యాగులను వారు బస్ డిక్కీ లో కొన్ని బస్ లో కొన్ని సర్దుకున్న తర్వాత మా ప్రయాణం రుషికేశ్ కు మొదలు అయ్యింది. రుషికేశ్ హరిద్వార్ కు 20 కి.మీ. దూరం ఉంటుంది. ఒక అర గంటలో ఈజీగా ప్రయాణం చెయ్యచ్చు. నేను రుషికేశ్ ను 30 సంవత్సరాల క్రితం ఢిల్లీ వచ్చినపుడు సందర్శించిన జ్ఞాపకం వచ్చింది. అప్పుడు దర్శించిన గంగా నదిపై ఉన్న రామ్ జూలా, లక్ష్మణ్ జూలా వంతెనలు జ్ఞాపకం వచ్చినాయి. మేము బస్ లో ఉండగానే మా చార్ ధామ్ యాత్ర రిజిస్ట్రేషన్ కాపీని డ్రైవర్ కు అంద చేసినాం, ఉత్తరాఖండ్ ట్రాన్స్పోర్ట్ డిపార్ట్మెంట్ వారికి సబ్మిట్ చేయడానికి. ఒక అర గంటలో మేము అందరం రుషికేశ్ పార్కింగ్ ప్లేస్ దగ్గరికి చేరుకున్నాం. మేము బస్ దిగి ఆటోలు మాట్లాడుకొని సీతా జూలా మరియు ఋషి కేష్ లోని గంగానది వెంబడి ఉన్నా ఘాట్స్ మరియు దర్శనీయ ప్రదేశాలు చూడడానికి వెళ్లాం. రామ్ జూలా, లక్ష్మణ్ జూలా లు రిపేర్ లో ఉన్నాయి అన్నారు. అక్కడ గంగా నదిపై కొత్తగా నిర్మించిన జానకి సేతును సందర్శించడానికి వెళ్లాం గంగా నది ఒడ్డుకు. దూరంగా జానకి సేతు కనిపిస్తుంది. అది 274 మీటర్ల పొడవు ఉన్న సస్పెన్షన్ తీగల బ్రిడ్జి.

ఈ వంతెన 1986లో నిర్మించబడింది. ఈ వంతెన నగరంలోని పాత పట్టణం రిషికేష్ మరియు కొత్త పట్టణం మధ్య ముఖ్యమైన లింక్. దానిపై నడవడానికి మూడు దారులు ఉన్నాయి. మధ్య పాదచారులు నడవడానికి దారి ఉంది. కుడి ఎడమలకు ద్విచక్ర వాహనాలు వెళ్ళడానికి దారి ఉంది. ఆటోలు, కార్ల లాంటి వాహనాలు అక్కడ నడువవు కాబట్టి తప్పని సరిగా అవతలి ఒడ్డుకు నడిచి పోవలసి ఉంటుంది. అక్కడ టూ వీలర్ అద్దెకు దొరికే సదుపాయం కూడా ఉంది. మాతో వచ్చిన వాళ్ళు అవతలి వైపుకు నడవడానికి కష్టం అని భావించిన వాళ్ళు ఇవతలి ఒడ్డు బ్రిడ్జి ముఖ ద్వారం వద్ద కూర్చున్నారు. కానీ అక్కడ ముఖ్యమైన చూడవలసిన ప్రదేశాలు అన్నీ గంగా నది అవతలి వైపుననే ఉన్నాయి. ప్రపంచానికే యోగా రాజధాని అని పిలువబడే రుషికేశ్ లో చూడదగిన ఆశ్రమాలు, ప్రదేశములు చాలా ఉన్నాయి..నేను మిత్రులతో కలిసి జానకి బ్రిడ్జిని దాటి మిత్రులతో నడిచి వెళ్ళాను. అక్కడ మాకు ఒక గైడ్ ను అప్పజెప్పాడు మా నాని. మేము అలా నడుస్తూ వెళ్లి గంగా నది ఒడ్డున ఉన్న ప్రసిద్ధమైన త్రివేణి ఘాట్ కువెళ్లాం.

అక్కడ సాయంత్రం పూట గొప్పగా గంగా హారతి జరుగుతుంది అన్నారు. అక్కడ ఉన్న దేవాలయం దర్శించి, అక్కడి త్రివేణి ఘాట్ వద్ద కొన్ని ఫోటోలు దిగి దానికి ఎదురుగా ఉన్న పరమార్థ ఆశ్రమానికి వెళ్లాం.

ప్రశాంతమైన పరమార్థ ఆశ్రమంను.సందర్శించి దాని పక్కనే ఉన్న గీతా భవన్ సందర్శించినాము. అది గోరఖ్ పూర్ లో ఉన్న గీతా ప్రెస్ వారి హిందు గ్రంథాలను తక్కువ ధరకు అందిస్తున్న ధార్మిక సంస్థకు చెందినది..అక్కడ ఎవరైనా ఆ సంస్థ నియమాలకు లోబడి క్రమశిక్షణగా ఉండ దలిస్తే ఉచితంగా భోజన వసతులతో ఉండవచ్చునన్నారు. అక్కడ ఆ సంస్థ ద్వారా అమ్ముతున్న బట్టల దుకాణం కూడా ఉంది. గోరఖ్ పూర్ ప్రెస్ వారి పుస్తక విక్రయశాల కూడా ఉంది. మేము కొద్ది దూరం వెళ్ళిన తర్వాత అక్కడ ఉత్తరాఖండ్ రాష్ట్ర ప్రభుత్వముకు సంబంధించిన ఒక దుకాణం ఉంది. అందులో రుద్రాక్ష దండలు, నవ రత్నం మాలలు, స్పటిక మాలలు, ఇంకా పూజా సామాగ్రి లభ్యం అవుతున్నాయి. గవర్నమెంట్ దుకాణం కాబట్టి నకిలీ వస్తువులు అక్కడ అమ్మరు అనే నమ్మకంతో నేను ఒక పంచముఖి 108 పూసల రుద్రాక్ష మాల తీసుకున్నాను. దాని విలువ 800 రూపాయలు. బయట అది 150 లేదా రెండు వందలకు దొరుకవచ్చు. ఇంకో నవరత్న మాల తీసుకున్నాను మా చిన్న అబ్బాయికి అని. దాని విలువ 1200 రూపాయలు. స్పటిక మాల ఇంట్లో ఇదివరకే ఇస్కాన్ టెంపుల్ బెంగుళూర్ లో తీసుకున్నది ఉన్నది అని తీసుకోలేదు. రెండు వేలు ఫోన్ పే చేశాను. నాతో పాటు నచ్చిన వాళ్ళు కొన్ని వస్తువులు తీసుకున్నారు. ఎవరి నమ్మకం వాళ్ళది అది వ్యాపార కేంద్రం, ప్రభుత్వ దుకాణం అని నమ్మి తీసుకున్నాను. తర్వాత ఇంకా కొద్దిగా నడిస్తే అక్కడ ఒక శివాలయం ఉంది. అక్కడ దర్శనం చేసుకొని వెనుతిరిగాము. అక్కడ దగ్గర రాం జూలా కనిపిస్తుంది. నడచి వెళ్ళడమే దానిపై కూడా వాహనాలకు అనుమతి లేదు అన్నారు. మళ్ళీ వచ్చిన దారినే వెనుతిరిగి

సీతా సేతు దాటి అందరితో కలిసి మళ్ళీ ఆటోలు ఆగిన కాడికి వచ్చి బస్ స్టాండ్ లో ఉన్న మా బస్ దగ్గరకు చేరుకున్నాము. ఎండ విపరీతంగా కొడుతుంది. యాత్ర అంటేనే కొంత కాలి నడక తప్పదు, పార్కింగ్ ప్లేస్ నుండి గుడి దగ్గరికి అన్నట్లు. అప్పటికీ సమయం రెండు గంటలు దాటిపోయింది. బస్ స్టాండ్ లోని ఒక గదిలో మాకు భోజన వసతి ఏర్పాటు చేశారు. మేము భోజనం చేసి అందరం బస్ ఎక్కే వరకు మధ్యహ్నం 3 గంటలు దాటిపోయింది. ఇక అక్కడి నుండి హిమాలయాల సానువుల్లోకి మా చార్ ధామ్ యాత్ర మొదలు అవుతుంది అన్నట్లు. మేము ఋషి కేశ్ నుండి బయలుదేరి డెహ్రాడూన్ దరిదాపు లోంచి ఆ రాత్రి వరకు బర్కోట్ చేరుకొని అక్కడ హోటల్లో బస చేసి తెల్లవారి యమునోత్రి ప్రయాణానికి బయలు దేరాలి. మేము హరిద్వార్, ఋషి కేశ్ వరకు భూమి మీద సమతల రోడ్ల మీదనే ప్రయాణం చేసినాము. ఇక ఇక్కడి నుండి మా ప్రయాణం గర్వాల్ ప్రాంతం కొండలు, గుట్టలు ఎత్తయిన ప్రదేశాల గుండా కొనసాగుతుంది అని తెలిసింది. ఋషి కేశ్ నుండి బర్కోట్ దూరం 175 కి.మీ. ప్రయాణ సమయం 5 గంటలు అని ఉంది. కానీ గర్వాల్ ప్రాంతంలో మనము అనుకున్నంతా వేగంగా, అనుకున్న సమయంలో చేరుకోలేము అని పోతూ పోతూ ఉంటే తెలుస్తూ పోయింది. గర్వాల్ ప్రాంతంలో వాహనాలు గంటకు ముప్పయి కి.మీ. వేగంతో కూడా పోవు. ఇరుకైన రోడ్, ట్రాఫిక్ జామ్, ఒకోసారి ఎదురుగా వాహనం వస్తే కష్టం. ఒకోసారి ట్రాఫిక్ జామ్ లో గంటల కొద్ది ఇరుక్క పోవలసి వస్తుంది అని అనుభవ పూర్వకంగా తెలుస్తూ పోయింది. ఋషి కేశ్ నుండి డెహ్రాడూన్ మాకు 44 కి.మీ. ఒక గంట ప్రయాణం. మా ప్రయాణం ఋషి కేశ్ నుండి డెహ్రాడూన్ దాటి ముందుకు వెళ్ళి సాయంత్రము ఆరు గంటల వరకు కాటా పత్తర్ అనే గ్రామం చేరుకున్నాం.

అప్పటికి మేము 75 కి.మీ. ప్రయాణం చేశాం. ఇంకా వంద కి. మీ. వరకు ప్రయాణం చేయవలసి ఉంది. మార్గ మధ్యంలో ఎత్తైన ప్రదేశాలు, లోయలు దర్శనం ఇచ్చాయి. చిన్న వాన జల్లు కూడా పడింది. కొద్దిగా చలిగా కూడా అనిపించింది పైకి వెళ్తున్న కొద్దీ. హిమాలయ సానువుల్లో సాయంత్రం ఏడు దాటిన తర్వాతనే చీకటి పడుతుంది. మేము ఒక గంట ప్రయాణం చేసిన తర్వాత మా బస్ ముందుకు పోలేక మార్గ మధ్యంలోనే ఆగి పోయింది. ఎదురుగా ట్రాఫిక్ జామ్ అయ్యింది అన్నారు. గంటకు పైగా మా బస్సు ముందుకు కదుల లేదు. రాత్రి పూట, ఇరుకైన రోడ్డు, ఘాట్ రోడ్డు, ఎదురుగా వాహనాలు, ముందట, వెనుకా వాహనాలు. తాబేలు నడకలా నడుస్తున్నవి వాహనాలు. మధ్య మధ్యలో ఒక అరగంట, గంట ఆగడం, మళ్ళీ ముందుకు పోవడం. అక్కడక్కడ ట్రాఫిక్ ను కంట్రోలు చేసి వాహనాలను ఒకవైపు వదిలి పెట్టి, ఇంకో వైపు వదిలి పెడుతున్నారు పోలీసు సిబ్బంది. చాలా కష్టతరం అనిపించింది మా ప్రయాణం. చిట్ట చివరికి ఏ అర్ధ రాత్రి తర్వాతనో మేము బర్కోట్

చేరుకున్నాం. అక్కడ మా కోసం రూమ్స్ బుక్ చేసిందు నాని. వాతావరణం చల్లగా ఉంది. ఆ రాత్రి పూట టిఫిన్ చేసి మాకు అలాట్ చేసిన రూంల్లోకి వెళ్ళిపోయాం. అక్కడి వాతావరణం అంతా చల్లగా ఉంది రూంలో. బాత్ రూం నల్ల విప్పితే చల్లగా తగులుతున్నాయి నీళ్ళు. గజగజ వణికించే చలి పెడుతుంది. నాతో పాటు సికింద్రాబాదు కృష్ణ ఉన్నాడు రూంలో. డబుల్ కాట్ బెడ్ లో ఉలన్ దుప్పట్లు ఉన్నాయి కప్పు కోవడానికి. అక్కడి గదిలో పాదాలు నేలకు తాకితే చల్లగా అయిపోతున్నాయి అరికాళ్ళు. ఆ నడివేసవి మే మాసంలో హిమాలయాల దరిదాపుల్లో అంతటి చలి ఉంటుందా అనేది అనుభవ పూర్వకంగా తెలిసింది. ఆ రాత్రి మాకు తెల్లవారి ఏడు గంటలకు అక్కడి నుండి యమునోత్రి ప్రయాణం ఉంటుంది అని చెప్పిందు నాని.

నా చార్ ధామ్ యాత్ర -

యమునోత్రి యాత్ర

(బర్కొట్ నుండి జానకి చెట్టి వరకు)

ఐదవ రోజు తేది :13-5- 2024.

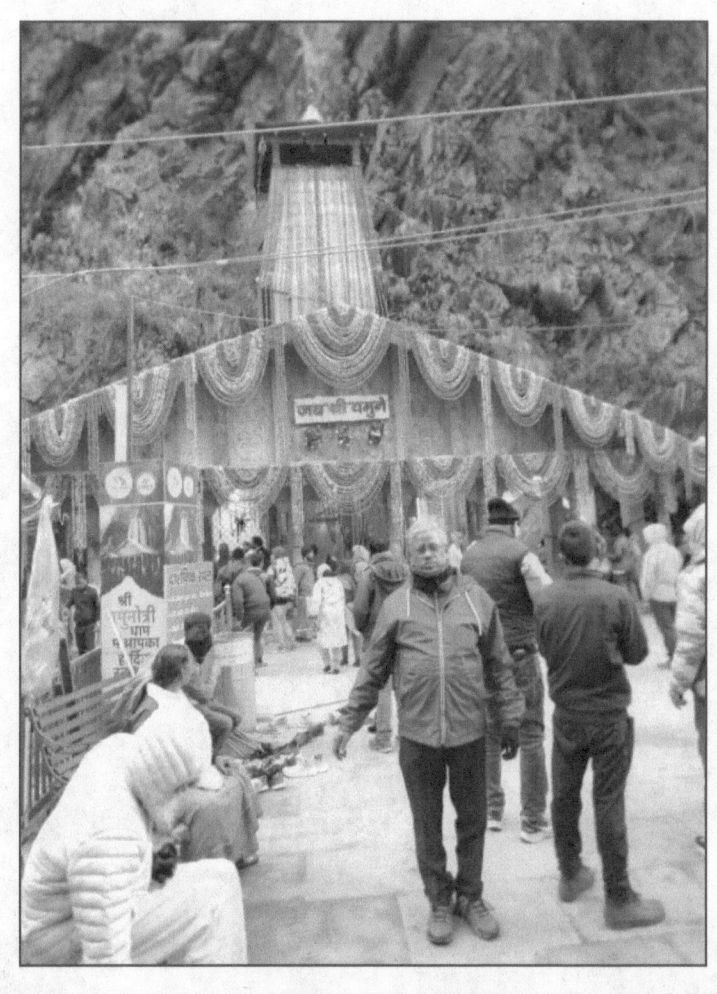

చార్ ధామ్ యాత్రలో మొదటిది యమునోత్రి. మేము చార్ ధామ్ యాత్ర లో రిజిస్ట్రేషన్ చేసుకున్న ప్రకారం 13-5- 2024 నాడు ఉదయం బయలు దేరి యమునోత్రి దర్శించి వచ్చి ఆ సాయంత్రం బర్కోట్ లోనే బస చేసి తెల్లవారి ఉత్తర కాశీ వెళ్ళాలి 15-5-24 నాటి గంగోత్రి దర్శనం కొరకు. మేము 13-5-2024 నాడు ఉదయం అయిదు గంటల వరకే నిద్ర లేచాం. వాతావరణం చాలా చలిగా ఉంది అక్కడ..బాత్ రూంలో నీళ్ళు కూడా చల్లగా ఉన్నాయి. లేచిన తర్వాతనే గీజర్ వేశాం నీళ్ళు వేడి కావడానికి. ఆ చల్లటి నీళ్ళు వేడి కావడానికి చాలా సమయం పడుతుంది అని తెలిసింది. ముఖం కడుక్కొని కాల కృత్యాలు తీర్చుకొని నేను, నా రూంమేట్ కృష్ణ స్నానం చేసినాము. అక్కడ బాగా చల్లగా ఉంది కాబట్టి డ్రాయర్ బనియన్ వేసుకున్న తర్వాత థర్మల్ వేర్ ధరించాను ఆపై మామూలు షర్ట్ ప్యాంట్ వేసుకున్నాను దానిపై, దానిపై ఉలన్ స్వెట్టర్ దరించాను, ఇంకా దానిపై రెయిన్ కోట్ ధరించిన వర్షం వస్తే కష్టం అని. నెత్తిపై ఉలన్ టోపీ ధరించిన, మెడకు స్కార్ఫ్ ధరించిన. చేతులకు ఉలన్ గ్లౌవ్స్ ధరించిన, కాళ్లకు సాక్స్ వేసుకొని బూట్లు ధరించిన. ముక్కుకు మాస్క్ కూడా ధరించిన. మేము వెళ్తున్న యమునోత్రి సముద్ర మట్టం నుంచి 10,797 అడుగుల ఎత్తున ఉంటుంది. అక్కడ ఆక్సిజన్ లెవెల్స్ తక్కువ ఉంటాయి అన్నారు, ఆస్తమా లాంటి జబ్బు ఉన్న వాళ్ళకు ప్రాబ్లం అవుతుంది అన్నారు. అందుకు గాను పచ్చ కర్పూరము బిళ్ళలు ఒక చిన్న కర్చీఫ్ లో కట్టి ఆ కర్చీఫ్ ను ఎడమ చేయికి కట్టుకున్నాను. అవసరం అయినప్పుడు కర్పూరం వాసన పీల్చుకోవడానికి. మేము యుద్ధానికి వెళ్తున్న సైనికుల్లా తయారు అయినాము. చంద్ర మండలానికి వెళ్లే వ్యోమ గాముల్లా డ్రెస్ వేసి తయారు అయినాము అనిపించింది. అక్కడికి వెళ్లడానికి అవసరమైన వస్తువులు ఒక లుంగీ, ఒక తువ్వాలు, ఒక శాలువా, కొన్ని తినుబండారాలు, కొన్ని నువ్వుల ఉండలు, కొన్ని బెల్లం పట్టీల ఉండలు, కొన్ని పోపు

వేసిన అటుకులు, ఒక గ్లూకోజ్ డబ్బా, ఒక బిస్కెట్ పాకెట్, ఒక టార్చ్ లైట్ ఇవన్నీ నా బ్యాగ్ లో ఉంచుకున్న. దగ్గర ఉన్న డబ్బులను ప్యాంట్ వాచ్ పాకెట్లో కొన్ని, ముందటి జేబులో పాకెట్ లో కొన్ని డబ్బులు ఉంచుకున్నాను. ఆ వాచ్ పాకెట్లో, షర్ట్ జేబు పాకెట్లో డబ్బులు జాగ్రత్తగా ఉండానికి రెండు రెండు పిన్నీసులు కూడా పెట్టిన. నా జాగ్రత్తలో నేను ఉన్నాను. చార్ ధామ్ యాత్రలో మినిమం ఇరవై వేలు అయినా ఖర్చు అవుతాయి అన్నారు. నేను 15 వేలు వెంబడి తెచ్చుకున్న. బ్యాగులో ఏటీఎం కార్డు కూడా ఉంచుకున్న. అంత ఎత్తైన కొండల మీద క్యాష్ ఇస్తేనే తీసుకుంటారు ఒకో దగ్గర అన్నారు.

ఇక యమునోత్రి యాత్ర కష్టం అన్నారు మిత్రులు. నిట్ట నిలువుగా ఉన్న కొండ శిఖరం పైకి స్టీప్ గా పైకి నడవడం కష్టం అన్నారు. మోస వస్తుంది, ఊపిరికి కష్టం అవుతుంది అన్నారు మిత్రులు. అందుకే పన్నెండు నాడు రాత్రి నేను బర్కోట్ లో ఉండంగనే కరీంనగర్ మా సాయినగర్ మిత్రులు సురేందర్ రెడ్డికి, వజ్జల ప్రకాష్ గారికి కి ఫోన్ చేశాను యమునోత్రి యాత్ర కష్ట నష్టాలు తెలుపండి అని, వారు ఇదివరకే చార్ ధామ్ యాత్ర వెళ్లి వచ్చారు కాబట్టి. వారు ఒక మంచి సూచన చేశారు. మీరు నడువ లేరు, మొకాళ్ళ నొప్పులు ఉన్నాయి మీకు కాబట్టి.మీరు గుర్రం పైన ప్రయాణం చేయండి. ఈజీ గా ఉంటుంది ప్రయాణం అన్నారు. వారి సూచనను పాటిద్దాం అనుకున్నాము. ఆ ఉదయం ఆరు గంటల తర్వాత మా బ్యాగ్ తీసుకొని, రూం కు తాళం వేసి మా బస్ దగ్గరికి వచ్చాం నేను కృష్ణ. అప్పటికే అందరూ వచ్చారు అక్కడికి ఆ ఉదయం పూట. అప్పటికే మాకు టిఫిన్స్ రెడీ చేశారు మాతో వచ్చిన కుక్. మేము అందరం టిఫిన్స్ చేసి బస్ ఎక్కినాము. అప్పుడు ఉదయం ఏడు గంటలు కావస్తుంది. మా టూర్ ప్రోప్రైటర్ నాని మాకు ఆ రోజు యాత్ర గురించి చెప్పాడు. ఇప్పుడు బర్కోట్ నుండి మనము జానకి చట్టి వెళ్తున్నాం. అక్కడి దాకా బస్ వెళ్తుంది.

అక్కడి నుండి, కాలి నడకన గాని, డోలి పై గానీ, గుర్రం పై గాని యమునోత్రి వెళ్ళచ్చు. అది గంటన్నర, రెండు గంటల ప్రయాణం అన్నారు. దర్శనం చేసుకొని సాయంత్రం తిరిగి వచ్చి రాత్రి ఇక్కడే బస చేసి రేపు ఉత్తర కాశికి వెళ్ళ వలసి ఉంటుంది అన్నాడు గంగోత్రి దర్శనంలో భాగంగా..బర్కొట్ నుండి జానకి చట్టికి దూరం 45 కి.మి. రెండు గంటల్లో వెళ్ళచ్చు అన్నాడు. మా బస్ బయలు దేరే ముందు మాకు మనిషికి ఒక వాటర్ బాటల్ ఇచ్చారు యాత్ర వాళ్ల తరపున. మా బస్ బయలు దేరింది ఉదయం ఏడు గంటలకు. అక్కడి నుండి మేము అందరం సరిగ్గా అరగంట ప్రయాణం చేసిన తర్వాత మా బస్ ఆగిపోయింది ఒక మలుపు దగ్గర, ఎందుకంటే మా ముందట ట్రాఫిక్ జామ్ అయ్యింది అన్నారు. అపుడపుడే తూర్పు కొండలపై నుంచి.బాలభానుడు బంగారు కిరణాలను వెద జల్లుతున్నాడు. మేము అందరం బస్ దిగినాము. కొందరు ఫోటోలు దిగింద్రు. కొందరు అటు ఇటు వాకింగ్ చేసింద్రు.

సబ్బని లక్ష్మీ నారాయణ

బస్సు కదిలితేనా రెండు గంటల పైగా మా బస్సు అక్కడ ఆగింది ఎదురుగా ట్రాఫిక్ జామ్ వలన. విషయం కనుక్కుంటే తెలిసింది. జానకి చెట్టిలో పెద్దగా పార్కింగ్ ప్లేస్ లేదు. అక్కడి వాహనాలు అన్నీ కిందికి వచ్చిన తర్వాతనే ఇక్కడి వాహనాలు ముందటికి కదులుతాయి అన్నారు. ఒక అరగంట తర్వాత ఒక అరకిలో మీటర్ వెళ్లి ఆగింది బస్సు. మా ముందట బస్సులే, మా వెనుక బస్సులే. ముందుకు పోలేము, వెనక్కి రాలేం. మళ్ళీ ఎక్కడో మూడు గంటలు బస్సు ఆగింది. ఎర్రటి ఎండ, మిట్ట మధ్యాహ్నం ఆకలి అవుతుంది. మా వెనుక వచ్చిన బొలెరో వాహనంలో ఉన్న వంట వాళ్ళు అక్కడే మాకు వంటలు వండి భోజనం పెట్టారు. అప్పటికే సగం పొద్దు అయిపోయింది. అన్నం తిన్న తరువాత మా బస్సు ఇంకో నాలుగైదు కిలో మీటర్లు కదిలి ఆగింది. మధ్యాహ్నం గడిచిపోయి మూడు నాలుగు గంటల సమయం అవుతుంది. బస్సు ఆగిన ప్రదేశాల్లో శిలాజిత్ అని, కుంకుమ పువ్వు అని, మంచి ఇంగువ అని అమ్మడానికి వచ్చేవాళ్ళు కనిపించారు మా బస్సు దగ్గర. ప్రయాణం అంటేనే ఇలాంటి వాళ్ళు కనిపిస్తారు యాత్రికుల ముందు. ఇంకో గంటవరకు మా బస్సు ఇంకో కొన్ని కిలో మీటర్లు ముందుకు కదిలి ఆగిపోయింది. బస్సులో కూర్చోవడం బోర్ అనిపించి అందరూ బయటకు వచ్చి కూర్చున్నారు బండరాళ్లపై. ఒకవైపు ఎత్తయిన గట్లు ఉన్నాయి రోడు పక్కన. ఇంకో పక్కన లోయలాగా ఉంది. దాని లోంచి వడివడిగా నీరు ప్రవహిస్తుంది. అక్కడికి ఒక పావు కిలోమీటరు దూరంలో ఒక పోలీసు చెక్ పోస్ట్ ఉంది. అక్కడ వాహనాలను కంట్రోల్ చేస్తూ అటు నుండి ఇటు గాని, ఇటు నుండి అటు గాని వీలు వెంబడి పంపిస్తున్నారు పోలీసులు. నేను అక్కడి దాకా నడిచి వెళ్లి చూసి వచ్చాను. వాహనాల ధార కనిపిస్తూనే ఉంది మా వెనుక కిలో మీటర్ల కొద్ది. అప్పటికే పొద్దు గూట్లె పడే సమయం వచ్చి సూర్యుడు పశ్చిమాన అస్తమిస్తున్నాడు. చీకట్లు మెల్లమెల్లగా అలుముకుంటున్నాయి.ధారగా లైట్ల

వెలుగులు కనిపిస్తున్నాయి. రాత్రి ఏడు ఎనిమిది మధ్యన మా బస్సు కదిలింది చెక్ పోస్ట్ దాటి. అక్కడికి జానకి చెట్టి పది పదిహేను కిలోమీటర్లు ఉండచ్చు. రాత్రిపూట కాబట్టి, ఘాట్ రోడ్ కాబట్టి బస్సు మెల్లగానే వెళ్తుంది. మెల్లమెల్లగా మా బస్సు మార్గ మాధ్యమంలో ఉన్న హనుమాన్ చెట్టిని దాటి, రాత్రి పదకొండు గంటల సమయంలో మా బస్సు జానకి చెట్టి పార్కింగ్ ను చేరింది. అంటే ఉదయం 7 గంటలకు మేము బర్కోట్ నుండి జానకి చెట్టిని చేరడానికి దాదాపుగా 14 నుండి 15 గంటల సమయం పట్టింది. ఇదంతా ఇరుకు రోడ్డుపై వాహనాల ట్రాఫిక్ జామ్ వలన, జానకి చెట్టిలో వాహనాలకు సరిపోయినంత పార్కింగ్ లేకపోవడం వలన. ఆ రాత్రి మేము తిన్నామో తినలేదో జ్ఞాపకం లేదు. మేము జానకి చెట్టిలో బస్ దిగక ముందే మా బస్సు దగ్గరకి యమునోత్రికి తీసుక వెళ్లే డోలివాళ్ళు, గుఱ్రపు వాళ్ళు వచ్చి చుట్టూ ముట్టారు. అయినా ఆ రాత్రిపూట యమునోత్రికి ప్రవేశం లేదు అన్నారు. తెల్లవారి అయిదు గంటలకు పైకి వెళ్ళడానికి అనుమతి ఇస్తారు అన్నారు. మా టూర్ ప్రొప్రైటర్ ఎవరెవరు డోలిలో వెళ్తారు. ఎవరెవరు గుఱ్రాలపై వెళ్తారు, ఎవరెవరు నడిచి వెళ్తారు ఉదయం పూట అని పేర్లు తీసుకున్నారు. నేను అయితే గుఱ్రం (పోనీ) పై వెళ్తాను అని చెప్పాను. ఉదయం 4 గంటల 30 నిమిషాలకు అందరూ రడీగా ఉండాలి అన్నారు. గుఱ్రానికి రావడానికి పోవడానికి 2500 రూ. అన్నారు ప్రభుత్వ రుసుము 120 రూ. కలుపుకొని, డోలికి 8500 రూ. అన్నారు ప్రభుత్వ రుసుము 500రూ. కలుపుకొని. డొలీ వాళ్ళను, గుఱ్రం వాళ్ళను బస్ దగ్గరకు ఉదయం నాలుగున్నర కు రమ్మన్నాడు నాని వాళ్ళను. అప్పటికీ మేము బస్ లోనే ఉన్నాము. జానకి చెట్టిలో బాగా చలి పెడుతుంది గజగజ వణికిస్తూ. మేము రాత్రి పూట ఇక్కడ ఉండవలసి వస్తుంది అనుకోలేదు. ఉదయం బయలు దేరినం కాబట్టి యమునోత్రి దర్శనం చేసుకొని తిరిగి రాత్రి వరకు బర్కోట్ చేరుకుంటాం అనుకొని వచ్చాం. కప్పుకోవడానికి గాని, స్నానాలు చేస్తే

కట్టుకోవడానికి గానీ బట్టలు తెచ్చుకోలేదు. మా లగేజీ అంతా బర్కొట్ హోటల్ లోనే ఉండిపోయింది అందరివి. యమునోత్రి యాత్రకు సంబంధించి చిన్న బ్యాగ్ తప్పా మా దగ్గర ఎక్కువ లగేజీ లేదు.

మాకు బుక్ చేసిన రూంలు కూడా ఖాళీగానే ఉండి పోయినవి బర్కొట్ లో. కాబట్టి.మా కోసం రాత్రి ఉండడానికి బస ఏమి ఏర్పాటు చేయలేదు నాని. మా ఇష్టం ఉంటే బస్ లోనే ఉండమన్నాడు, ఉండలేని వాళ్ళు అక్కడ హోటల్స్ లో పర్సనల్ గా వసతి చూసుకొమ్మన్నాడు ఆ రాత్రికి. ఆ పార్కింగ్ దగ్గర ఒక సౌచాలయం అయితే ఉంది ఉదయం పూట వాడుకోవడానికి, ఇంకా పక్కనే యమునా నది ప్రవహిస్తుంది వడివడిగా. మూడు నాలుగు గంటలే కాబట్టి బస్ లోనే గడుపుతాం అన్నారు ఎక్కువ మంది. ఆ పార్కింగ్ దగ్గర మంచి హోటల్స్ కూడా ఉన్నాయి. డబుల్ బెడ్ రూంకు 3000 రూ. అన్నారు. అప్పటికే రాత్రి పదకొండు దాటిపోయింది. మేము ఉండేది రాత్రి మూడు నాలుగు గంటలే. నేను నాతో పాటు హైదరాబాద్ మిత్రులు జనార్ధన్ రెడ్డి, వారి వియ్యంకుడు కలిసి ముగ్గురం మూడు వేల రూ. ఇచ్చి డబులు రూం తీసుకున్నాము మనిషి వెయ్యి రూపాయలు వెచ్చించి. వెచ్చటి ఉలన్ దుప్పట్లు ఉన్నాయి లాడ్జ్ లో. నిజంగా అక్కడ చలి బాగా ఉంది. ఉట్టి కాళ్ళతో.నేల మీద అడుగు పెడితే చల్లగా తలుగుతుంది రూంలోని గచ్చు అరిపాదాలకు. నల్ల విప్పినా చల్లటి నీళ్ళే ఉన్నాయి చేతులు పిడిచ కట్టుకపోయేంత చలితో. వేడి నీళ్ళ కోసం గీజర్ సదుపాయం ఉంది. రాత్రి.3 గంటల 30 నిమిషాలకు అలారం పెట్టాను సెల్ ఫోన్లో. ప్రయాణ బడలిక వల్ల ఒక మూడు గంటలు నిద్ర పోయాము లాడ్జ్ లో. రాత్రి మూడున్నరకు అలారం వచ్చింది. లేవగానే గీజర్ ఆన్ చేశాను వేడి నీటి కోసం. లేచి బ్రష్ చేసుకొని కాల కృత్యాలు తీర్చుకొని.తువ్వాలు, లుంగీ ఉన్నది కాబట్టి స్నానము కూడా చేశాను. మళ్ళీ ఉలన్ బట్టలు అన్నీ ధరించాను. కాళ్లకు సాక్స్ వేసుకొని బూట్లు ధరించాను.

చేతులకు గ్లౌవ్స్ వేసుకున్నాను. నెత్తికి ఉలన్ టోపీ, మెడ చుట్టూ ఉలన్ స్కార్ఫ్ ధరించాను..రెయిన్.కోట్ కూడా ధరించాను. అప్పటికే రూం లోని మిత్రులు నాతో పాటు తయారు అయినారు. మా బ్యాగులను తీసుకొని బయటకు వచ్చాం. హోటల్ యజమాని కలిసి మాకు గుర్రాలను అరేంజ్ చేస్తాను అన్నాడు. సరేనన్నాము. మా రూం తాళపు చెవులు యజమానికి అప్పగించి బయటకు వచ్చాము. అప్పటికే బస్సు లోని మిత్రులందరూ కాలినడకన కొందరు, పోనీలపై కొందరు, డోలిలపై కొందరు వెళ్ళినట్టున్నారు యమునోత్రి పైకి. అప్పటికి సమయం ఉదయం 5 గంటలు దాటింది, తెలతెల వారుతుంది. అతి చల్లని వాతావరణం ఉంది బయట. హోటల్ యజమాని చెపితే మా కొరకు మూడు గుర్రాలు వచ్చినాయి మనిషితో సహా మా లాడ్జ్ చెంతకే.

నా చార్ ధామ్ యాత్ర

యమునా నది ప్రాశ స్త్యం

ఆరవ రోజు తేది :14-5-24

హిందూ పురాణాల ప్రకారం, యమున సూర్య దేవుడు, మేఘ దేవత సంధ్యా దేవి కుమార్తె మరియు మృత్యు దేవుడైన యమ ధర్మ రాజుకు సోదరి. అందు చేత యమునా నది పవిత్ర జలాల్లో స్నానం చేయడం వల్ల పాపాలు తొలగిపోయి మోక్షం లభిస్తుందని, యమ లోకం వెళ్లే అవకాశం తప్పుతుంది అని నమ్ముతారు భక్తులు. యమునా నది గంగా నదికి ప్రధాన ఉపనది కూడా. యమునకు.మరో పేరు యామి అని కూడా ఉంది. యమున శ్రీ కృష్ణుడి అష్టభార్యలలో ఒకరిగా కూడా చెప్పబడింది. యమునోత్రి యమునా నది యొక్క జన్మస్థానం. ఇది ఉత్తరాఖండ్ రాష్ట్రంలోనీ గర్వాల్ పర్వత సానువుల్లోనీ ఉత్తర కాశీ జిల్లాలో ఉంది.

యమునా నది జన్మించిన ఈ ప్రదేశములో యమునాదేవి ఆలయము ఉంది. ఈ ఆలయం టెహ్రీ గర్వాల్ మహారాజాచే తొలుత 18వ శతాబ్దంలో నిర్మించబడింది

అని కథనం. పాత ఆలయం మంచు వాతావరణం, ఇతర కారణాల వలన శిధిల స్థితికి చేరుకున్నందున.జయపూర్ మహారాణి గులారియాచే 19వ శతాబ్దంలో నిర్మించబడింది ఇప్పటి దేవాలయం. కొన్ని చిన్న ఆశ్రమాలు తప్పా ఆలయసమీపంలో యాత్రికులు ఉండడానికి వసతులు తక్కువ. యాత్రీకులు సమీపంలోని జానకి చెట్టి లోనే బసచేయ వలసి ఉంటుంది. ఇక్కడి దేవాలయము సమీపంలో పక్కనే ఉష్ణ నీటి కుండము ఉంది. యాత్రికులు అక్కడ స్నానం చేసి దేవాలయ దర్శనం చేసుకుంటారు. గుడ్డలో కొన్ని, బియ్యంను గాని ఆలు గడ్డలు కానీ కట్టి కొద్ది సేపు ఆ ఊష్ణ కుండంలో ఉంచితే అవి వేడి నీటికి ఉడికి మెత్తబడితే దానినే యమునా దేవికి ప్రసాదముగా సమర్పిస్తారు భక్తులు అంటారు. ప్రతి సంవత్సరం యమునోత్రి దేవాలయము నడి వేసవి మే మాసంలో వచ్చే అక్షయ తృతీయ నాడు మొదలు అయి చలి కాలము సమీపించే దీపావళి తర్వాతి యమ ద్వితీయ రెండవ రోజు నాడు మూసివేయబడుతుంది. 2024 వ సంవత్సరం లో మే 10 వ తేది అక్షయ తృతీయకు ప్రారంభమై నవంబర్ 3న మూసి వేయబడుతుంది అని ప్రభుత్వం తరపున ప్రకటించబడింది. యమునోత్రి దగ్గర వాతావరణం చల్లగా ఉంటుంది. వేసవిలో రాత్రి పూట ఉష్ణోగ్రత 3 సెంటి గ్రేడ్ డిగ్రీలకు పడి పోయి క్రమంగా పెరుగుతూ 11, 12 సెంటి గ్రేడ్ డిగ్రీలు ఉంటుంది పగటి పూట. ఇక్కడి వాతావరణం నీళ్ళు అతి శీతలంగా ఉంటాయి. ఉత్తరాఖండ్ రాష్ట్రంలో పుట్టిన యమునా నది తర్వాత, హర్యానా మరియు ఉత్తరప్రదేశ్ సరిహద్దులో ప్రవహిస్తుంది. కృష్ణుడి బృందావనం లోని యమున, ఆగ్రా లోని యమున, ఢిల్లీ లోని యమున, ప్రయాగ్‌రాజ్ లేదా ప్రయాగ్ ఉత్తర ప్రదేశ్ వద్ద గంగా నదిలో కలుస్తుంది. అక్కడ గంగా, యమున, అంతర్వాహినిగా సరస్వతి నది కూడా కలుస్తాయి అంటారు. దానిని.త్రివేణి సంగమం అంటారు.

అసలు సిసలు యమునోత్రి యాత్ర

జానకి చెట్టి నుండి యమునోత్రి వరకు

తేది:14-5-2024

మేము తేది:14-5-2024 నాడు ఉదయం 5 గంటల సమయమునకు కొద్దిగా అటు ఇటుగా గుర్రాలపై మా యాత్రను ప్రారంభించాము యమునోత్రికి. ఆ గుర్రాలను పోనీలు అంటారు. పోనీ అంటే 4.2 అడుగుల కంటే తక్కువ ఎత్తు ఉండే చిన్న గుర్రం అని అర్థం. అవి సాధారణ గుర్రాల కంటే కూడా దృఢంగా తెలివైనవిగా ఉంటాయి. సాధారణంగా గుర్రాలు 4.2 అడుగుల కంటే ఎక్కువ ఎత్తు ఉంటాయి. నేను మొదటి సారి గుర్రం ఎక్కడం. ఇంటివద్ద బయలు దేరినపుడు నా శ్రీమతి శారద చెప్పింది. గుర్రం ఎక్కకండి, అది పడేస్తుంది మిమ్ములను, అసలే కొండలు, లోయలు ఉన్న ప్రాంతం అని. మిత్రులేమో గుర్రంపై వెళ్ళండి ఏమి కాదు అన్నారు. నేను మాత్రం గుర్రంపై వెళ్ళడానికి నిర్ణయించుకున్నాను. నాకు, నా గుర్రానికి సహాయకుడిగా వచ్చిన మనిషి నన్ను గుర్రంపై ఎక్కించాడు తన టెక్నిక్ తో. ఒక రెండు మూడు నిమిషాలు నడిపించాడు ఆ పోనీని. కొద్దిగా సర్దుకొని కూర్చున్నాను. పర్వాలేదు గుర్రంపై ఈజీగానే ప్రయాణం చేయవచ్చు అనిపించింది. నాకున్న బ్యాగును కూడా గుర్రానికి సహాయకుడిగా వచ్చిన మనిషి తన వీపుపై వేసుకున్నాడు. పోనీ తన నడకను కొనసాగించింది. అప్పుడప్పుడే తెలతెలవారుతుంది. అప్పుడు ఉదయం అయిదు గంటల సమయం దాటింది. అందరూ యమునోత్రికి వెళ్లేవాళ్ళే, ఎదురుగా వచ్చే వాళ్లెవరూ లేరు. నా కన్న ముందుగా రెండు పోనీలపై నాతో పాటు రూంలో బస చేసిన మిత్రులు జనార్ధన్ రెడ్డి మరియు వారి వియ్యంకుడు వెళ్తున్నారు. ఇది ప్రయాణం, ఎవరి ప్రయాణం వారిదే, నా మిత్రుడు కొద్దిగా ముందుగా వెళ్తున్నాడు, కొద్దిగా వెనుక

వస్తున్నాడు అనే భరోసా, నమ్మకం ఉంటుంది ప్రయాణంలో ప్రతి యాత్రికుడికి. ప్రయాణం సాఫీగానే సాగుతుంది. మేము బయలు దేరిన జానకి చెట్టి సముద్ర మట్టం నుంచి 8694 అడుగుల ఎత్తున ఉంది. మేము ఇంకా దాదాపు 2000 అడుగుల ఎత్తున ఉన్న యమునోత్రికి చేరుకోవాలి. మా యాత్రలో డోలీ పై వెళ్ళే వాళ్ళు ఉన్నారు. నలుగురు మనుషులు కుర్చీ లాంటి దానిలో మనిషిని కూర్చోబెట్టుకుని నడుస్తుంటారు. 50 కిలోల కంటే తక్కువ బరువు ఉన్న వాళ్ళని గంపల్లో మోసుక వెళ్తాడు మనిషి. దాని రేట్ దోలి కంటే తక్కువ, గుర్రం కంటే కొద్దిగా ఎక్కువ. వీళ్ళు అందర్నీ చూస్తుంటే శక్తి ఉండి నడిచి వెళ్ళే వాళ్ళే నయము అనిపించింది. ఏ ప్రాణిని నొప్పించకుండా నడిచి వెళ్ళవచ్చు అని. ఆరోగ్య రీత్యా, ముసలితనము రీత్యా ఇలా డోలిపైగాని,.పోనీపైనో, గంపలోనో వెళ్తారు కొందరు. అలా మోసే వాళ్ల కష్టాలు చూడాలి. మనిషిని మనిషి మోయడం ఏమిటీ! అవసరం! డబ్బు అవసరం! ఆకలి మనిషిని పనులు చేయనిస్తుంది. ఇక యమునోత్రి యాత్ర, ఇరుకైన రహదారి, నిటారుగా వెళ్ళినట్లుగా జానకి చెట్టి నుండి 6 కి.మీ. ట్రెక్కింగ్. త్రొవ్వ 10 నుండి 12 ఫీట్స్ వెడల్పు ఉండచ్చు. అడుగడుగునా బొడుసు రాళ్ళే ఉన్నాయి. అక్కడక్కడ మెట్లు కూడా ఉన్నాయి. ఆ బొడుసు రాళ్ళల్లో నేను పోనీ నడకను గమనిస్తూ ఉన్నాను. పోనీ ఎత్తు ఎక్కుతున్నప్పుడు నన్ను ముందటికి వంగి ఉండమంటున్నడు గుర్రంతో వచ్చిన సహాయకుడు, పోనీ డౌన్ కు దిగుతున్నపుడు నన్ను వెనక్కి వాలి ఉండమంటున్నడు సహాయకుడు, పోనీకి నడక సులభంగా ఉండటం కోసం. అక్కడక్కడ పోనీలు మనుషుల బరువులు మోయలేక మోకాళ్లపై కూర్చుంటున్నాయి. పోనీ చాలా

తెలివైనది అనిపించింది. ఏ లొందలోనో కాలు వెయ్యడం లేదు ఆ బొడుసు రాళ్ళ వంకర టింకర రహదారిలో చాలా దృఢంగా సరి

అయిన ప్రదేశంలో కాలువేస్తూ ముందుకు నడుస్తుంది పోని. నేను ఎక్కిన తెల్ల రంగు పోనీ నాకు ఏ ఇబ్బంది కలుగనీయలేదు. దాని నడకకు, నేర్పుకు, దాని దృఢత్వానికి కితాబు ఇవ్వాలి అనిపించింది. కానీ మూగ జీవులు అయిన పోనీలను చూస్తే జాలి వేసింది. వాటికి సరిగా నీళ్ళు పెడుతారా, తిండి పెడుతారా ఈ పోనీల యజమానులు అనిపించింది. ప్రతి పోనీకి ఒక నంబర్ ఉంటుంది. ప్రతి పోనీ యజమానికి కూడా నంబర్ ఉంటుంది. పోనీతో వచ్చే సహాయకుడికి కూడా గుర్తింపు కార్డు ఉంటుంది. మార్గ మధ్యంలో పోనీలు నీళ్ళు త్రాగడానికి వాటర్ ట్యాంకులు ఏర్పాటు చేసింద్రు. పోనీలు నీళ్ళు త్రాగడానికి ఆ ట్యాంకుల దగ్గరికి వెళ్తున్నాయి. కానీ రెండు మూడు ప్రదేశాల్లో ఆ ట్యాంకుల్లో నీళ్ళే లేవు. ముందుకు వెళ్లితే ఒకటి రెండు

నా చార్ ధామ్ ఆధ్యాత్మిక యాత్ర

ప్రదేశాల్లో పోనీలు నీళ్ళు త్రాగడానికి ట్యాంకుల్లో నీళ్ళు ఉన్నాయి. ఈ ట్యాంకుల్లో నీటి నిర్వహణ బాగా లేదు అనిపించింది. పోతూ పోతూ ఉంటే పోనీలు లద్దెలు పెడుతున్నాయి. వాటిని వెనువెంటనే త్రోవను శుభ్రం చేసి తొలగించే పని వాళ్ళు ఉన్నారు అక్కడక్కడ త్రోవ వెంబడి. త్రోవ వెంబడి అక్కడక్కడ సౌచాలయములు ఉన్నాయి యాత్రికుల మల మూత్ర విసర్జన చేసుకోవడానికి వీలుగా. కానీ అవి ఎంత శుభ్రంగా ఉంటాయో లేదో అని అనిపించింది. ఒక దగ్గర ఆరోగ్య సహాయ కేంద్రం కూడా ఉంది. గంటన్నర వ్యవధిలో ఆ శుభోదయం పోనీ నన్ను యమునోత్రి లోని పోనీల శాల దగ్గరికి తీసుక పోయింది. నన్ను ఒక గద్దె సహాయంతో అక్కడ దింపిచ్చాడు పోనీతో వచ్చిన సహాయకుడు. నన్ను ఒక రెండు గంటల్లో యమునోత్రి దర్శనం చేసుకొని రమ్మన్నాడు పోనీతో వచ్చిన సహాయకుడు. టిఫిన్ చేస్తానని నన్ను యాభై రూపాయలు అడుక్కున్నడు. అక్కడ మొత్తం చల్లటి వాతావరణం ఉంది. గజగజ వణికించే చలి, గజగజ వణికించే నీళ్ళు..పక్కనే యమునా నది ప్రవహిస్తుంది. పోనీలశాల నుండి యమునోత్రి గుడికి వెళ్ళే దారిలో ఒక వంతెన ఉంది. ఆ వంతెన దాటి గుడి దగ్గరికి వెళ్ళాను. నా బ్యాచ్ లోని మిత్రులందరూ కనిపిస్తున్నారు. పూర్తిగా తెల్ల వారింది. గుడికి ప్రక్కన ఉష్ణ నీటి కుండం ఉంది. అక్కడ కొందరు స్నానాలు చేస్తున్నారు ఆ వేడి నీటిలో. కొందరు పేగులో బియ్యం కట్టి కొద్ది సేపు ఆ వేడి నీటిలో ఉంచి ఆ ఉడికిన బియ్యపు ప్రసాదాన్ని దేవుడికి సమర్పించడానికి తీసుక వెళ్తున్నారు. నేను అప్పటికే హోటల్ రూం లోనే స్నానం చేసి వచ్చాను కాబట్టి తలపై కొన్ని నీళ్ళు చల్లుకొని యమునా దేవి దర్శనానికి వెళ్ళాను. అప్పటికి మాది మొదటి బ్యాచ్ ఆ శుభోదయంలో. ఎక్కువగా రద్దీ లేదు దేవాలయ ప్రాంగణంలో. సులభంగా దర్శనం అయ్యింది. దర్శనం తర్వాత కాసేపు గుడి ముందట గద్దెపై కూర్చున్నాను. మిత్రులతో యమునోత్రి గుడి ముందట కొన్ని ఫోటోలు దిగాను.

కొద్దిగా కుంకుమ తీసుకున్నాను. కొన్ని యమునా నది నీళ్ళు కూడా తీసుకున్నాను. చాలా ప్రశాంతమైన వాతావరణం ఉంది అక్కడ. తూర్పు కొండల్లోంచి అప్పుడప్పుడే సూర్యోదయం అయి బయటకు కనిపిస్తున్నాడు సూర్యుడు. గల గల పారే యమునా నది నీళ్ళూ క్రిస్టల్ క్లియర్ గా తేటతెల్లగా కనిపిస్తున్నాయి. దూరంగా గుడి పరిసరాల్లోని తెల్లటి దూది కొండ, వెండి కొండ మంచుకొండ కడు రమణీయంగా కనిపిస్తుంది. నిజంగా మొదటి సారి దగ్గరగా.అలా హిమాలయాలను చూడడం కదా అనిపించింది! నిజంగా ప్రకృతే దేవుడు కదా, జలమే దేవుడు కదా అనిపించింది. ఆక్సిజన్, హైడ్రోజన్ పరమాణువల కలయిక అయిన నీరు పదివేల అడుగుల ఎత్తున చల్లబడి హిమము అయి ఎండకు కరిగిపోతూ జీవ నదిలా ప్రవహిస్తూ, ఈ జీవ కోటికి ప్రాణాధారమై నిలుస్తూ, ఆ నది పుట్టిన ప్రదేశం తీర్థమై, పుణ్య క్షేత్రం అయి వర్ధిల్లుతూ, నదులే నాగరికతలు నేర్పినాయి కదా అనిపించింది. ఇలాంటి ప్రదేశాలకు, కల్మషం నిండిన ఈ మనుషుల ప్రపంచానికి దూరంగా ఈ చల్లటి, నిర్మల వాతావరణం మళ్ళీ మళ్ళీ దొరుకదు కదా అనిపించింది. ఒక గంటన్నర తరువాత వెనుతిరిగాను గుడి నుండి. గుడి పరిసరాలు దాటుతూ, మళ్ళీ బ్రిడి దాటి వస్తుంటే అక్కడ ఒక టీ స్టాల్ ఉంది. టీ తాగాను అక్కడ ఆ చల్లటి ప్రశాంత వాతావరణంలో. ఇరువది రూపాయలకు ఒక టీ, ముప్పది రూపాయలకు ఒక అర లీటరు వాటర్ బాటిల్ ఉంది అక్కడ అమ్మకానికి. ఈ కొండలపై ఆ మాత్రం రేటుకు అమ్మవచ్చులే అనిపించింది. ఈ టీ ఈ దేశపు విమానాశ్రయాల్లో అమ్మే ఒక కప్పు టీకి నూటా ఇరువై రూపాయల కంటే నయం, ఒక వాటర్ బాటిల్, అరవై రూపాయలకు అర లీటరు నీళ్ళ కంటే నయం అనిపించింది. టీ త్రాగి ఒక చిన్న బిస్కెట్ పాకెట్ కొనుక్కొని మళ్ళీ మా పోనీ ఉండే దగ్గరకు వస్తున్నాను. బ్రిడ్జి దాటుతుండగానే నాకు మా పోనీ సహాయకుడు ఎదురు వచ్చాడు. నన్ను పోనీశాల దగ్గరికి తీసుక వెళ్లి నన్ను పోనీ ఎక్కించాడు. అలా

రెండు గంటల వ్యవధి తర్వాత మళ్ళీ యమునోత్రి నుండి వెనుదిరిగాను. నా బ్యాచ్ మిత్రులు నా వెనకనే ఉన్నట్టు ఉన్నారు. ఒక గంటన్నర తర్వాత నన్ను మళ్ళీ మా పార్కింగ్ ప్లేస్ వద్ద దింపాడు పోనీ సహాయకుడు. అప్పటికి సమయం ఉదయం తొమ్మిది దగ్గరగా అవుతుంది. పోనీ డబ్బులు 2500 చెల్లించి, పోనీ సహాయకుడికి అదనంగా నేను 200 రూపాయలు ఇచ్చాను. అతను సంతోష పడ్డాడు. నన్ను అక్కడ దించిన పోనీకి కొద్దిగా తవుడు పెట్టాడు. వాస్తవానికి అయితే ప్రభుత్వ కౌంటర్లో పోనీ టికెట్ కొనుక్కోవాలి. అందులోంచి 120 రూపాయలు ప్రభుత్వానికి వెళ్తుంది. మిగతా గుర్రపు యజమానికి ఇస్తారు అన్నారు. ఆ ఉదయం నాలుగున్నర అయిదు ప్రాంతాన ఆ పోనీ టికెట్ ఎక్కడ ఇస్తారో చెప్పనే లేదు పోనీ సహాయకుడు. డైరెక్ట్ గా యమునోత్రికి తీసుక వెళ్ళాడు ,మళ్ళీ కిందికి తీసుక వచ్చాడు. పోనీలే అనుకున్నాను. ఇంతకూ పోనీ యజమాని సహాయకుడికి రెండు వందలు ఇస్తుండవచ్చు ఒక్కసారి పోనీతో వెళ్లివస్తే. ఆ మాత్రం డబ్బులకోసం ఆ నాలుగు గంటలు వెచ్చించే వందలాది మంది సహాయకులు యమునోత్రి దగ్గర దర్శనం ఇస్తారు. అది వారికి జీవనోపాధి ఈ ఆరునెలలు. వేలాది పోనీలు కూడా యమునోత్రి లాంటి ప్రదేశంలో యజమానులకు లాభాలు సంపాదించి పెడుతూనే ఉంటాయి.

నిజానికి యమునోత్రి లాంటి ప్రదేశానికి రోప్ వే సౌకర్యం కలిగిస్తే చాలా మంది యాత్రికులకు ప్రయాణం సులభం అవుతుంది. ఆ దిశగా అడుగులు పడుతున్నాయి ప్రభుత్వంచే అని తెలుస్తుంది. రానున్న రోజుల్లో ఆ మంచి రోజులు వస్తాయి అని ఆశిద్దాం. నేను మా బస్ పార్కింగ్ చేరుకున్న తర్వాత బ్యాగ్ ను బస్సులో పెట్టి బస్ దగ్గర ఉన్న ప్రదేశంలో ఉన్న మా కుక్ దగ్గరకి వెళ్ళాను, అప్పటికే మాకు పూరి టిఫిన్ తయారు అవుతుంది. టిఫిన్ చేశాను. సమయం పది వరకు అవుతుంది. ఒక్కొక్కరు మెల్లగా వస్తున్నారు యమునోత్రి యాత్ర చేసి. ఇంకా అందరూ రావడానికి రెండు గంటలు పట్టచ్చు అనిపించింది. పక్కనే యమునా నది గలగలా పారుతుంది. అక్కడికి వెళ్లి చూశాను. కొందరు స్నానాలు చేసి బట్టలు ఉతుక్కుంటున్నారు. నాకు కూడా యమునా నదిలో స్నానం చేయాలి అనిపించింది. లుంగీ, డ్రాయర్, బనియన్, టవల్ అన్నీ ఉన్నాయి. బస్ దగ్గరికి వచ్చి బట్టలు తీసుకొని యమునా నదిలోకి వెళ్ళాను. తేట తెల్లనైన నీటితో యమునా నది వడివడిగా ప్రవహిస్తుంది అక్కడ ఉన్న బండ రాళ్ళను ఒరుసుకుంటూ. ఉదయం పదిగంటల తర్వాత ఎండ తీవ్రత ఎక్కువగా ఉంది. టవల్ కట్టుకొని యమున నీటిలో బట్టలు ఉతికి బండలపై ఆరేశాను. నీళ్ళు ముట్టుకుంటే జివ్వుమనేంతా అతి శీతలంగా ఉన్నాయి. ఎగువన సరాసరి మంచు కరిగి నేరుగా మారి ప్రవహిస్తున్న నీరు కాబట్టి అతి శీత లంగా ఉన్నాయి నీళ్ళు. ఏ వస్తువు నీటిలో వేసినా ఆ వస్తువు కనిపించేంత తేట తెల్లగా ఉన్నాయి నీళ్ళు. ఒక అరగంట తర్వాత అతిశీతలమైన యమునా నదిలో తలస్నానం చేశాను. దూరంగా ఆకాశం అంచుల్లో వెండి కొండ హిమాలయాలు తెల్లగా మెరిసిపోతున్నాయి. గంట సేపట్లో బట్టలు అన్నీ ఆరిపోయాయి. పొడి బట్టలు ధరించి ఒక చిన్న సీసాలో యమున నీళ్ళు తీసుకొని మా బస్ దగ్గరికి వచ్చాను. మధ్యాహ్నం కావస్తుంది. అందరూ మా బస్ యాత్రికులు అప్పటికే అక్కడికి చేరుకున్నారు. ఇంకో గంట గడిచిన తర్వాత

అందరం మధ్యాహ్న భోజనం కూడా అక్కడే చేశాము. తర్వాత మా ట్రావెల్ ఏజెన్సీ నానిగారి సూచనల మేరకు మేము జానకి చెట్టి నుండి బస్ లో బర్కోట్ కు బయలు దేరాము. ఈ సారి తిరుగు ప్రయాణంలో మాకు బర్కోట్ చేరడానికి గంటన్నర సమయం పట్టింది. అక్కడ చేరుకున్న తర్వాత అందరం మాకు కేటాయించి ఉన్న గదుల్లోకి వెళ్లి మా లగేజీ సర్దుకున్నాం. ఇప్పటికే యమునోత్రి దర్శనం ఒక్క రోజు లేట్ అయ్యింది. బర్కోట్ నుండి సాయంత్రం నాలుగు గంటలకు మా బస్ బయలు దేరింది ఉత్తర కాశీ కోసం. రాత్రి తొమ్మిది గంటలకు మార్గ మాధ్యమంలో మేము భోజనం చేశాం. మేము తెలతెలవారంగా ఉత్తర కాశీలోని ఒక హోటల్ కు చేరుకొని కొద్ది సేపు రెస్ట్ తీసుకున్నాము. తెల్లవారి 15-5-2024 నాడు మేము ఉత్తర కాశీ నుండి మేము గంగోత్రి ప్రయాణం చేయవలసి ఉంది.

నా చార్ ధాం యాత్ర -

గంగోత్రి యాత్ర

(ఉత్తర కాశి నుండి గంగోత్రి వరకు)

ఏడవ రోజు 15–5-24.

బర్కోట్ నుండి ఉత్తర కాశి 82 కి.మీ. దూరంలో ఉంటుంది. సాధారణంగా మూడు గంటల్లో చేరుకోవచ్చు కానీ మాకు ఆరేడు గంటలు పట్టింది రోడ్ పై ట్రాఫిక్ సమస్యల వలన. మేము బర్కోట్ నుండి సాయంత్రం ప్రయాణం మొదలు పెట్టి, మార్గ మధ్యంలో ఒక హోటల్ దగ్గర భోజనాలు కావించి రాత్రి అంతా ప్రయాణం చేసి తెల్లవారు జామున 3 గంటల ప్రాంతాన ఉత్తర కాశీ చేరుకున్నాము. అక్కడ మా కోసం తీసుకున్న రూములలో బస చేశాం ఆ ఉదయం కొద్ది సేపు. తెల్లవారి మేల్కొని కాలకృత్యాలు స్నానాదులు ముగించి ఫ్రెష్ గా తయారు అయి రూంకు తాళము వేసి బయటకు వచ్చాం మా బస్సు దగ్గరికి నేను ,కృష్ణ. బయలు దేరే ముందు అందరం టిఫిన్స్ చేసి వాటర్ సీసా తీసుకొని బస్సులో కూర్చున్నాము. ఆ రోజు గంగోత్రి యాత్ర ఉత్తర కాశీ నుండి. ఉత్తర కాశీ నుండి గంగోత్రి దాదాపు 100 కి.మీ. దూరంలో ఉంటుంది. ప్రయాణ సమయం సాధారణంగా 4 గంటల వరకు పట్టచ్చు. కానీ అనుభవంతో తెలిసింది ఏమిటీ అంటే యాత్రలో భాగంగా రోడ్ పై ట్రాఫిక్ సమస్యల వలన ఈ ప్రయాణం 8 గంటల సమయం పట్టచ్చు, ఒకోసారి పన్నెండు గంటలు దాటి కూడా పట్టచ్చు అనిపించింది. గంగోత్రి వరకు బస్ వెళ్తుంది అని చెపుతారు కానీ ఎన్ని గంటల్లో వెళ్తుంది అని ఎవరూ చెప్పరు. మేము వెళ్ళే వరకూ సాయంత్రం అవుతుంది అన్నారు. దర్శనం చేసుకొని మళ్ళీ రాత్రి వరకు తిరిగి రావడమే రూంకు.

మేము వెళ్తుంది గంగా నదికి కాబట్టి అక్కడ వీలు ఉంటే స్నానము చేసి వద్దాం అనుకొని ఇంకో జత బట్టలు అదనంగా తీసుక వెళ్లాను, ఎందుకైనా మంచిది అని శాలువా, నెత్తి టోపీ, చేతులకు.గ్లవ్స్ కూడా తీసుక వెళ్ళాను.చిన్నగా తిను బండారాలను కూడా తీసుక వెళ్ళాను. ఇది యాత్ర మనము అనుకున్నది అనుకున్నట్టు అనుకున్న సమయం ప్రకారం సాగదు అని అనుభవ పూర్వకంగా తెలుస్తూ పోయింది. మేము వెళ్తుంది సుందర హిమాలయ పర్వత సానువుల్లోని గంగోత్రికి, అది పవిత్ర పుణ్య క్షేత్రం విశ్వనాథుడు కొలువై ఉన్న ఉత్తర కాశీ నుండి. దారిపొడవునా ఎత్తైన లోయలు, ప్రవహిస్తున్న నది, జలపాతాలు, ఎత్తైన పర్వత శ్రేణులు, ప్రకృతి సంపద చూడడానికి ఆశ్చర్యాన్ని, ఆనందాన్ని కలిగిస్తుంది. అక్కడక్కడ ఆ పర్వత సానువుల్లో గొర్లు మేస్తూ కనిపించాయి మందలు మందలుగా. అక్కడక్కడ హోటల్స్ దగ్గర ఆగినపుడు హిమాలయ ప్రాంతం లోని కుక్క పిల్లలు కూడా కనిపించాయి. ఆవు దూడలు కూడా కనిపించాయి. చలి ప్రాంతం కాబట్టి వాటి శరీర రక్షణ కొరకు వాటి శరీరంపై బొచ్చు ఎక్కువగా ఉంది మన మైదాన ప్రాంత జంతువుల, కుక్కల కంటే. మా ప్రయాణం మార్గ మధ్యంలో నిర్మించిన బ్రిడ్జిలను దాటుతూ, ట్రాఫిక్ సమస్యల వల్ల అక్కడక్కడ ఆగుతూ మధ్యాహ్నం వరకు నీటి సదుపాయం ఉన్న ఒక ప్రదేశంలో మా బస్సు ఆగింది. కొండల పైనుంచి నీరు ధారగా పడుతుంది అక్కడ. మా కన్న ముందుగా బొలెరో వాహనంలో వెళ్ళిన మా కుక్ అతని సిబ్బంది మాకు భోజనం ఏర్పాటు చేశారు అక్కడ. చెట్టు నీడన, అక్కడ ఉన్న గద్దెలపై కూర్చొని మధ్యాహ్న భోజనం చేశాం. భోజనం తర్వాత మా బస్సు ముందటికి కదిలింది. ఒక రెండు గంటలు పోయిన తర్వాత ఒక హోటల్ దగ్గర బస్ ఆగింది. అక్కడ టీ, కాఫీ త్రాగాము. అక్కడి పరిసరాలు, ప్రకృతి దృశ్యాలు చాలా బాగా ఉన్నాయి.

అక్కడ కూడా తినుబండారాలు, కాఫీ, టీ, టిఫిన్ తో పాటు, ఎవరికైనా కొనుక్కోవడానికి ఉలన్ వస్తువులు లభ్యం అవుతున్నాయి. అక్కడ పర్వత సానువుల వెంబడి వాటర్ స్ప్రింగ్స్ ఉన్నాయి. మధ్య మధ్యలో హోటల్స్ లాంటి ప్రదేశాల్లో ఆగినాము. ఒకో దగ్గర మధ్య మధ్యలో పోలీసు సిబ్బంది రహదారి సాఫీగా, ట్రాఫిక్ సమస్యలు రాకుండా ఇరువైపుల నుండి వస్తున్న వాహనాలను కంట్రోల్ చేస్తూ ఆపుతూ వదిలి పెట్టేవారు. అలా కూడా ఎక్కువ సమయం రోడ్డు మీదనే ఆగవలసి వచ్చేది. అలా ఆగుతూ ఆగుతూ వెళ్తుంటే సాయంత్రం అయ్యింది. దారి వెంబడి గంగోత్రి బెల్ట్ లోని సుందర నదీ ప్రదేశాలు, వంతెనలు, అక్కడక్కడ ఆ పర్వత ప్రాంతంలో ప్రకృతి ఒడిలో బస చేయడానికి చక్కటి హోటళ్ళు కూడా ఉన్నాయి.

జీవితమంటే కృత్రిమమైన ఈ నగర జీవనం కంటే, ఈ ప్రకృతి ఒడిలో రోజుల తరబడి ఉండడం ఎంత బాగుంటుందో కదా అనిపించింది. ఆ సాయంకాల సూర్యాస్తమయ సమయంలో పశ్చిమాన కొండల వెనుక బంగారు రంగు ఛాయ కనిపిస్తుంది. చీకటి పడుతున్న వేళ మేము గంగోత్రికి దగ్గరగా వెళ్తున్నాం అని తెలుస్తుంది. అయినా అన్నంత తొందరగా వస్తుందా గంగోత్రి. మేము గంగోత్రి దగ్గరికి వెళ్లేప్పటికి రాత్రి ఎనిమిది దాటిపోయింది. పార్కింగ్ అక్కడ పెద్దగా లేదు కాబట్టి గుడికి రెండు కిలోమీటర్ల దూరంగా రోడ్డు పక్కన మా బస్సు ఆగిపోయింది. అందరం బస్సులోంచి దిగాం. అక్కడి నుండి కాలినడకన వెళ్లాం. కొందరు చక్రాల కుర్చీపై ఎక్కి వెళ్లారు రెండు వందల రూపాయలకు. ఒక కిలో మీటరు దాటిన తర్వాత మా యాత్ర రిజిస్ట్రేషన్ పేపర్ చూపిస్తే దానిని అక్కడ స్కాన్ చేసి దర్శనం టోకెన్ ఇచ్చారు. ఇంకో కిలోమీటరు నడిస్తే గంగోత్రి గుడి వచ్చింది. త్రోవ వెంబడి పూజా సామగ్రి దుకాణాలు, హోటల్స్ కనిపించాయి. రాత్రి తొమ్మిది అవుతుంది. రాత్రి వేళ జిగజిగ లైటు వెలుగుల్లో గంగోత్రి తెల్లటి రంగులో మెరిసిపోతుంది. వంద గజాల లైను కనిపించింది దేవాలయం లోనికి వెళ్ళడానికి. నాతో పాటు నా తోటి మిత్రులు కూడా లైన్ లో ఉన్నారు. ఒక అరగంటలో గంగమ్మ తల్లి దర్శనం జరిగింది. ఆ గుడి పరిసరాల్లో ఉన్న దేవాలయముల దర్శనం కూడా చేసుకున్నాను. మిత్రులతో కలిసి కొన్ని ఫోటోలు దిగాను. గుడిని, గుడి పరిసరాల ఫోటోలని వీడియోలను కూడా తీశాను. గుడి ప్రాంగణంలో రద్దీగా ఉంది. అంత ఎత్తున ఉన్న గంగోత్రిలో

ఏటిఎం సదుపాయం కూడా కనిపించింది. గుడి పక్కనే గంగా ఘాట్ ఉంది. అప్పటికి రాత్రి పది కావస్తుంది. అక్కడ చలి బాగా ఉంది. అంత రాత్రి పూట స్నానం చేయడం సరి కాదు అనిపించింది. గంగా ఘాట్ దగ్గరికి వెళ్లాను. అక్కడ మెట్లు చాలా లోతుగా ఉన్నాయి. కొన్ని నీళ్ళు తీసుకొని నెత్తిన చల్లుకున్నాను. ఒక సీసాలో గంగ

నీళ్ళు నింపుకున్నాను. నిజంగా అక్కడ గంగా చాలా వేగంగా ప్రవహిస్తుంది.. గంగోత్రి ఆలయాన్ని 18వ శతాబ్దంలో గోర్ఖా జనరల్ అమర్ సింగ్ థాపా నిర్మించారు మరియు ఇది భాగీరథి నదికి ఎడమ ఒడ్డున ఉంది.

గంగా నది విశిష్టత:గంగోత్రి గ్లేసియర్ లోని గోముఖ్ ప్రదేశం గంగానది యొక్క పుట్టుక స్థానం. అది గంగోత్రి నుండి 19 కి.మీ. దూరంలో ఉంటుంది. ఆ నది భాగీరథి అని పిలువబడుతుంది గంగోత్రి వద్ద. ఆ భాగీరథి అలకనందతో.దేవప్రయాగ వద్ద కలిసి అక్కడి నుండి.గంగా నది అనే పేరుతో పిలువబడుతుంది. ప్రయాగ.అలహాబాద్ వద్ద గంగా, యమునా, అంతర్వాహిని సరస్వతి నది కలిసి త్రివేణి సంగమం అని పిలువబడుతుంది. అలా గంగానది హిమాలయాలలోని గంగోత్రి నుండి పశ్చిమ బెంగాల్.దగ్గరి బంగాళాఖాతంలోని గంగా సాగర్ వరకు 2500 కి.మీ.పైగా ప్రవహించి గంగా సాగర్ వద్ద సముద్రంలో కలుస్తుంది. ప్రతి ఏటా మకర సంక్రాంతి దినము నాడు పశ్చిమ బెంగాల్.లోని గంగా నది, సముద్రంతో కలిసే సంగమం గంగా సాగర్ వద్ద.లక్షల మంది సముద్రస్నానం ఆచరిస్తారు, ఒక జాతరలా పవిత్రమైన విశేషంగా భావిస్తూ. గంగా నది ఉత్తరాఖండ్, ఉత్తరప్రదేశ్, బీహార్ మరియు పశ్చిమ బెంగాల్.రాష్ట్రాల గుండా ప్రవహిస్తూ వెళ్లి బంగ్లాదేశ్ లో ప్రవేశించిన తర్వాత పద్మా నది అని పిలువబడుతుంది.

గంగా నదికి భాగీరథి అని పేరు రావడానికి హిందూ పురాణాల్లో పెద్ద కథనే ఉంది. ఇక్ష్వాకు రాజ్య వంశానికి చెందిన శ్రీ రామునికి పూర్వపు సగర చక్రవర్తి అశ్వమేధ.యాగం చేస్తూ యజ్ఞ అశ్వాన్ని వదిలి పెడితే, ఆ.అశ్వమేధ. ఫలం తన చక్రవర్తిత్వానికి ఎక్కడ ముప్పు తెస్తుందో అని ఇంద్రుడు ఆ అశ్వాన్ని పాతాళములో ఉన్న కపిల ముని యొక్క ఆశ్రమం లో కట్టి వేస్తాడు. అప్పుడు సగర చక్రవర్తి యొక్క 60 వేల మంది కుమారులు పాతాళంలోని కపిల ముని అశ్రమం లోకి వెళ్లి యజ్ఞ అశ్వాన్ని కనుగొని, అది అక్కడ ఉండడానికి కారణం కపిల ముని కారణం అని భావించి కపిల మునిని దూషించగా తపస్సులో ఉన్న ఆ ముని మేల్కొని కోపగ్రస్తుడై. కండ్లు తెరిచి వారిని భస్మం చేస్తాడు మరియు వారికి స్వర్గగతులు ఉండవు అని శపిస్తాడు. ఆ తర్వాత సగరుని మనుమడు భగీరథుడు.బ్రహ్మ, విష్ణు, మహేశ్వరుల గురించి కఠోర తపస్సు చేస్తే గంగా భువిపైకి వస్తుంది సగరపుత్రులను పునీతులను చేయడానికి, గంగా యొక్క ప్రవాహాన్ని ఈ భువి తట్టుకోలేదంటే శివుడు గంగమ్మను తన జటాజూటంలో బంధించగా ఆ పాయే గంగగా పారి భగీరథుని కోర్కె మేరకు పాతాళంలో ఉన్న సగరపుత్రుల భస్మ రాశుల మీది నుంచి ప్రవహించగా వారు పునీతులై స్వర్గానికి వెళ్తారు. అందుకే గంగను భాగీరథి అంటారు. భగీరథుని ప్రయత్నాన్ని భాగీరథ ప్రయత్నం అంటారు. ఇప్పటికీ గంగా సాగర్ వద్ద కపిల ముని ఆశ్రమము ఉంది అంటారు. ఆ గుర్తుగానే ఆ గంగా సాగర్ వద్ద లక్షల్లో జనం మకర సంక్రాంతి దినాల్లో పుణ్య స్నానాలు చేస్తారు. ఇది గంగా నది కథ!.ఎక్కడ నది ఉంటుందో అక్కడ నాగరికత ఉంటుంది. అక్కడ ఒక గుడి ఉంటుంది. ఎందరికో ఉపాధి అవుతుంది. అందుకే నది అంటే చాలా ఇష్టమై, నది మీద కవితలు వ్రాసానేమో అనిపిస్తుంది. 2005 వ సంవత్సరంలో కవితా సంపుటి వేసినపుడు అందులో నది పై రెండు కవితలు ఉన్నాయి. ఆ కవితా సంపుటి పేరు ‘నది నా పుట్టుక ‘అని పెట్టి

కొన్నాను. అంతర్జాలంలో వెతికి గంగా నది యొక్క బొమ్మను కూడా వేసుకున్నాను, దాదాపు 30 సంవత్సరాలు అవుతుంది ఆ పుస్తకం వేసి. అప్పుడు గంగను ప్రత్యక్షంగా చూడలేదు. ఇప్పుడు 2024 లో చూడగలిగాను. ఆ కవితలు చదువుకుంటే తృప్తిగా ఉంటుంది..

నది నా పుట్టుక

నదిలా ప్రవహించాలి నిండుగా

చెట్టులా బతకాలి పరోపకారిలా

మహాసముద్ర ఘోషతో బతుకును మోయాలి సహనంగా

పథికుడెవరో, పామరుడెవరో మిత్రుడెవరో, శత్రువెవరో తెలియక

ఎంత నిజాయితీగా, నిర్భయంగా బతుకుతాయి ఇవి!..

ఇవ్వాళ బంధించబడిన నదిలా గిలగిలా కొట్టుకుంటుంది హృదయం!

ఎవరాపుతారు నది హోరును, నది జోరును

నది ఒంటరిదే ముందుగా అది తన బాటను తానే స్పష్టపరుచుకుంటూ దేశ అంగాంగాల్ని తడుముతూ

తనతో సంగమించే నదుల్ని, ఉపనదుల్ని కలుపుకొని ముందుకు సాగుతుంది

ఎవరి మాటకోసమో, పొగడ్త కోసమో, సంకీర్తన కోసమో పొంగులు పొంగి ప్రవహించదు నది

నదిపాట, నదిబాట, నది ప్రవాహం సహజంగా, స్వేచ్ఛగా ఉంటుంది.

నది ఒక సజీవ నాగరికత.

నది ఒక పల్లెకో, పట్నానికో, నగరానికో మాత్రమే చెందదు, నది ఒక వర్గానికో, కులానికో, మతానికో మాత్రమే చెందదు.

నది ఒక జాతికి, ఒక దేశానికి చెందుతుంది.

అది తన ప్రవాహం, జనప్రవాహంతో కలిసి నిదానంగా, సజీవంగా ప్రవహిస్తుంది.

నది చరిత్రే నా చరిత్ర, నది పుట్టుకే నా పుట్టుక నేను నదిని, నిరంతర ప్రవాహశీలిని.

నదులు నాగరికతలు నేర్పుతాయి

గంగా సింధు నాగరికతలు, హరప్పా మొహంజోదారో నాగరికతలు, ఈజిప్టు, మెసపుటోమియా నాగరికతలు

దేశమేదైనా జాతి.ఏదైనా నదులే నాగరికతలు నేర్పుతాయి

నాగరికతల గురించి చెప్పాలంటే బహుశా నదుల గురించి చెప్పాలి

మనిషి పుట్టించ లేదు నదిని

మనిషి వెయ్యలేదు నదికి దారిని.

నదులు దారులు వెతుక్కుంటూ నదీ నదాలు అయ్యాయి.

అవి దేశం శరీరంలోకి ధమనుల వలె సిరల వలె బతుకును పండిస్తూ ప్రవహిస్తాయి

సృష్టికి ప్రతి సృష్టి చేయడం విశ్వామిత్ర సృష్టి కావచ్చు, నదికి కొత్త తొవ్వచూపడం బహుశా మనిషి నైజం కావచ్చు

అయినా నదులకు తెలుసు వాటి దారులు రహదారులు

ఏ నది చరిత్ర తీసుకున్నా గొప్ప చరిత్రనే

మానేరులు, గోదారులు, కృష్ణలు, కావేరులు, నర్మదలు, గంగలు, సింధులు, భాగీరథులు, బ్రహ్మపుత్రలు, మహానదులు.

నది నానుకొని చెట్టు పుట్ట గుట్ట పశువు పక్షి మనిషి మనుగడ సాగిస్తాయి.నది ఒక బతుకు చిత్రం, నది ఒక నాగరికతా ప్రస్థానం

నదే మనిషికి దారి చూపింది బతుకునిచ్చింది

కానీ మనిషి నదికి కొత్త దారి చూపడం, నది దారి మళ్ళించడం బహుశా అసహజం

నది మహానదిని కలుస్తుంది, మహానది సముద్రంతో కలుస్తుంది

సముద్రం అపార జల నిధి, బతుకు ఒక జల చక్రం మబ్బులు రావాలి వానలు కురవాలి, నదులు పొంగాలి.ప్రకృతి పరవశించాలి మనిషి బతుకు పులకించాలి.

ఇది నేను రాసిన నది పాట!

అలా గంగోత్రి దర్శనం చేసుకున్న తర్వాత ఈ విషయాలు అన్నీ మననానికి వచ్చాయి.

గంగోత్రి దర్శనం తర్వాత అందరం గ్రూప్ ఫోటో దిగాం.

తర్వాత అక్కడి నుండి వెనుదిరిగాం. రాత్రి పది దాటింది. అందర్నీ ఆ పూట గంగోత్రిలోని హోటల్ లోనే భోజనం గాని టిఫిన్ గాని చెయ్యమన్నాడు నాని. ఆ సాయంత్రం పూట మా భోజనం పెట్టే బొలెరో వాహనం మా వెనుక గంగోత్రికి రానట్టు ఉంది. నేను అయితే.భోజనం తీసుకున్నాను. కొద్దిగా అన్నము రెండు రొట్టెలు ఇంత కూర కలిపి. అందరం బస్సు దగ్గరకు నడిచి వచ్చేవరకు పదిన్నర దాటిపోయింది. ఇక అక్కడ ఆ రాత్రి బస్సులను రాత్రి పూట కిందికి వెళ్ళనీయరు అని తెలిసింది. మళ్ళీ తెల్లవారి అయిదు గంటలకు బయలు దేరడం ఉంటుంది అన్నారు. ఇక తప్పలేదు మాకు. ఆ పూట రాత్రి బస్సు లోనే రెస్ట్ తీసుకున్నాము.

నా చార్ ధామ్ యాత్ర

(గంగోత్రి నుండి ఉత్తర కాశి వరకు తిరుగు ప్రయాణం)

ఎనిమిదొవ రోజు 16-5-24.

తెల్లవారి 5 గంటలకు బస్సులను గంగోత్రి నుండి పోనిచ్చారు కిందికి. ఆ ఉదయం పూట ప్రశాంత వాతావరణంలో గంగోత్రి పరిసర ప్రాంతాలను బస్సు లోంచి చూస్తూ ముందుకు కదిలాం ఉత్తర కాశీ దిక్కు. ఉదయం ఎనిమిది గంటల సమయానికి మా బస్సు ఒక హోటల్ దగ్గర ఆగింది. అక్కడ నీటి వసతి ఉంది, సౌచాలయ సౌకర్యం కూడా ఉంది. ముఖం కడుక్కున్న తర్వాత ఆందరితో పాటు టీ తాగాను. కాసేపటికి అందరికీ టిఫిన్ పెట్టారు. అక్కడి రమణీయ ప్రకృతి దృశ్యాలు చూస్తూ కొన్ని ఫొటోలు దిగాము. మళ్ళీ మా బస్సు కదిలింది అక్కడక్కడ ఆగుకుంటూ. మార్గ మాధ్యమంలో గంగనాని అనే ప్రదేశం వచ్చింది. అక్కడ సహజ సిద్ధంగా వెలసిన వేడి నీటి కుండం ఉంది అన్నారు. అందరం స్నానం చేసి పోదాము అనుకున్నాం.

స్త్రీలకు సపరేట్ బాత్ రూం ఉంది. పురుషులు నీటి కుండంలో స్నానం చేయవచ్చు. టికెట్ పది రుపాయలు.

అక్కడ ఒక కుంకుమ పాకెట్, విడివిడిగా 5 పంచముఖి రుద్రాక్షలు తీసుకున్నాను యాభై రూపాయలకు. ఒక పంచముఖి రుద్రాక్ష మాల కూడా తీసుకున్నాను. దానికి వంద రూపాయలు. హిమాలయాల్లో ఏకముఖి రుద్రాక్షలు ఎక్కువగా లభ్యం కావు అన్నారు. స్నానాదులు ముగించి బట్టలు సర్దుకొని బస్సు దగ్గరికి వచ్చాము. అప్పటికే మధ్యహ్నం భోజనం రెడీ చేసి ఉంది. అక్కడ అందరం భోజనం చేసి బస్సు ఎక్కాము ఉత్తర కాశీ వెళ్ళడానికి. కాశి, వారణాసి, బెనారస్ గురించి అందరికీ తెలుసు. కాశికి ఉత్తరం దిక్కుగా ఉన్న ఉత్తర కాశిలో కూడా ప్రసిద్ధమైన విశ్వనాథుని దేవాలయం ఉంది.

ఆ నగరం భాగీరథి నది ఒడ్డున ఉంది. అక్కడ అదే గుడిలో పెద్ద శివలింగం ఉంది. మనిషి ఎత్తు కన్న ఎక్కువ ఎత్తులో ఉండి ఆ శివలింగం పూజలు అందుకుంటుంది. మా బస్సు అక్కడికే చేరింది ముందుగా. అక్కడ విశ్వనాథ ఆలయంలో శివుడి దర్శనం చేసుకొన్నాం. దానికి ఎదురుగా ఉన్న గుడిలో కదలని నిలువెత్తు అష్ట దాతు త్రిశూలం ఉంది. అది నిత్య పూజలు అందుకుంటుంది, అది అమ్మవారి త్రిశూలం.

అక్కడ కొన్ని ఫోటోలు దిగి మళ్ళీ మా బస్సు దగ్గరికి వచ్చి మా హోటల్ రూమ్స్ కు చేరుకున్నాం.

ఆ సాయంత్రం గుప్త కాశికి వెళ్లి అక్కడ ఆ రాత్రి బస చేసి తెల్లవారి కేదార్నాథ్ కు ప్రయాణం చెయ్యాలి అన్నాడు నాని. మా బస్సు కదిలింది, ఇక కేదార్నాథ్ కొంత కష్టతరమైన ప్రయాణం యమునోత్రి కంటే మరియు గంగోత్రి కంటే. మా బస్సు కదిలే ముందు సర్ది చేసింది అని మరియు గొంతు నొప్పి ఉంది అని, టాబ్లెట్స్ తీసుకున్నాను,.చప్పరించడానికి హాల్స్ లాంటి బిళ్ళలు, నిమ్మ పులుసు పిప్పరమెంట్ బిళ్ళలు కూడా తీసుకున్నాను మెడికల్ షాపులో. నాతో పాటు కొందరు వారికి

కావలసిన మందు బిళ్ళలు కొనుక్కున్నారు మెడికల్ షాప్ లో. ఆ రాత్రి మా ప్రయాణం ఉత్తర కాశీ నుండి గుప్త కాశికి మొదలు అయ్యింది..ఉత్తర కాశీ నుండి గుప్త కాశికి దూరం 200 కి.మీ. చూపిస్తుంది. సాధారణ ప్రయాణపు గంటలు 7 గంటలు అని చూపిస్తుంది గూగుల్ మ్యాప్ ద్వారా చూస్తే. ఈ గర్వాల్ ప్రాంతంలో బస్సు ప్రయాణం గంటకు 25 కి.మీ. రోడ్డు పై ట్రాఫిక్ సమస్యల వల్ల మా బస్సు గంటల తరబడి రోడ్డుపైనే ఆగిపోవలసి వస్తుంది. ఆ లెక్కన ఏడు గంటల ప్రయాణం 14 గంటలు అయిన సందర్భాలు ఉన్నాయి. యమునోత్రి కి వెళ్ళినా, గంగోత్రి కి వెళ్ళినా మా ప్రయాణ సమయం అలానే తీసుకొంది. రూమ్స్ లో ఉండి రెస్ట్ తీసుకున్నది లేదు. ఒక సగం రోజుల ప్రయాణం అంతా రోడ్లపైనే అన్నట్లుగా గడుస్తుంది. అక్కడికే ఒక్క రోజు లేట్ ఉన్నాము మా ప్రయాణంలో. మూడు గంటలు ప్రయాణం చేసిన తర్వాత మా బస్సు ఒక హోటల్ దగ్గర ఆగింది. అక్కడ భోజనం ఏర్పాటు చేశారు మాకు. భోజనం తర్వాత మా బస్సు ముందుకు కదిలింది ఆ రాత్రికి గుప్త కాశి చేరడానికి.

నా చార్ ధామ్ యాత్ర -.

గుప్త కాశికి ప్రయాణం

తొమ్మిదొవ రోజు 17-5-24

ఉత్తర కాశిలో నిన్నటి సాయంత్రం బయలు దేరిన మా బస్సు, మార్గ మధ్యంలో అక్కడక్కడ ఆగుతూ తెలతెలవారుతుండగా ఒక రోడ్డు పక్క హోటల్ దగ్గర ఆగింది. అప్పుడు సమయం ఉదయం 5 గంటలు అవుతుంది. అక్కడి హోటల్లో ఒక వాటర్ బాటిల్ కొనుక్కొని, ఒక టీ తాగాను నేను. అల్లం టీ చక్కగా పెట్టి ఇచ్చారు ఇరువది రూపాయలకు. చార్ ధాం యాత్ర యాడాదిలో ఆరు నెలలు ఉంటుంది. రోడ్డు పక్కన ఇలా హోటల్లకు, పట్టణాల లోని హోటల్లకు మంచి గిరాకీ. బస్సు గంటన్నర సేపు ఆగింది అక్కడ. రాత్రంతా బస్సు డ్రైవర్ బస్సు నడుపుతూనే ఉ న్నాడు. నిద్ర వస్తే రెస్ట్ తీసుకోవడానికి కూడా అక్కడక్కడ బస్సును ఆపుకొని నిద్ర లోకి వెళ్ళిపోయేవాడు డ్రైవర్. డ్రైవర్ కు నిద్ర కూడా అవసరమే కదా! మమ్ములను సురక్షితంగా తీసుకపోవాలి కదా అనిపించింది. కొందరు బస్సు దిగి పొద్దుటి పూట మార్నింగ్ వాక్ చేశారు. కొందరు రోడ్ పక్క గద్దెలపై.కూర్చొని ప్రకృతి అందాలను ఆస్వాదిస్తున్నారు..ఉదయం 5.38 సమయం అప్పుడు. తూర్పు కొండల వెనుక బంగారు ఛాయలో సూర్యోదయం అవుతుంది.

కోయిల కూతలతో, పక్షుల కిల కిల రావాలతో ప్రశాంత వాతావరణం కనిపించింది అక్కడ. పెద్దగా చలి అనిపించ లేదు. వాతావరణం మామూలుగా ఉంది. మా బస్సు ఆగింది నౌళి గ్రామం. గుప్త కాశి ఇంకా అక్కడి నుండి 60 కి.మీ. ఉంది.

ఇంకా నాలుగైదు గంటల ప్రయాణ సమయం పట్టచ్చు అనిపించింది. కొద్ది సేపటికి మా బస్సు కదిలింది, కొంత దూరం వెళ్ళిన తర్వాత ఒక పెట్రోల్ బంక్ ఉంది. అక్కడ ఆగింది బస్సు, అక్కడ లెట్రిన్ వెళ్లే సదుపాయం ఉంది. అందరూ ముఖాలు కడుక్కొని కాలకృత్యాలు తీర్చుకున్నారు. బస్సు ముందుకు కదలడం మా చేతిలో లేని పని అనిపించింది. చెట్లు, గుట్టలు, నదీపాయలు, వాగులు, వంకలు, బ్రిడ్జీలు చూస్తూ మేము మెల్ల మెల్లగా ముందుకు కదిలాం. మా పక్కనే ప్రవహిస్తున్న మందాకిని నదిని చూస్తూ మధ్యాహ్నం పన్నెండు గంటల వరకు గుప్త కాశీలోని హోటల్ కు చేరుకున్నాం.

అక్కడ కొందరు టిఫిన్ చేశారు పొద్దున టిఫిన్ చెయ్య లేదు కాబట్టి. అక్కడ మేము స్నానాలు చేసి బట్టలు సర్దుకొని భోజనం చేసి అక్కడి నుండి సోన్ ప్రయాగ వెళ్లి, గౌరీ కుండ్ చేరుకొని గౌరీ కుండ్ నుండి కేదార్ నాథ్ యాత్ర మొదలు పెట్టాలి

అందరం. ఒక రెండు మూడు గంటల కొరకే కొన్ని రూములు తీసుకున్నారు. మేమందరం స్నానాలు చేసి భోజనములు చేసే వరకు మధ్యహ్నం మూడు గంటలు దాటిపోయింది, నాలుగు గంటలు కూడా అయ్యింది అటూ ఇటూ చూడంగనే. తెల్లవారి కేదార్నాథ్ యాత్ర మా యాత్రలో అతి ముఖ్యమైనది, కష్టమైనది కూడా. అక్కడికి కావలసిన ఒక జత బట్టలు, శాలువా, టవల్, లుంగీ సర్దుకున్నాను. కేదార్నాథ్ యాత్ర ఈ సాయంత్రం ఉంటుందో, రేపు ఉదయం మొదలు అవుతుందో తెలియదు. రాత్రి పూట చలి పెడుతుంది కాబట్టి. షర్ట్, ప్యాంట్ లోపల థర్మల్ వేర్ ధరించాను. కాళ్లకు సాక్స్, షూస్ ధరించాను. చేతులకు గ్లౌస్, తలకు ఉలన్ టోపీ బ్యాగులో ఉంచుకున్నాను. వర్షం పడితే తడవకుండా.రెయిన్.కోట్ కూడా ధరించాను. అందరం లగేజ్ సర్దుకున్నాము. బస్సు డిక్కిలో లగేజ్ పెట్టేసినాము. మా ప్రయాణం గుప్త కాశి నుండి సోన్ ప్రయాగ్ వరకు వెళ్ళాలి. సోన్ ప్రయాగ్ నుండి గౌరీ కుండ్ వరకు జీప్ పై వెళ్ళాలి అన్నారు, మనిషికి యాభై రూపాయలు చెల్లించి. గౌరీ కుండ్ చేరుకొని అక్కడి నుండి నడిచిగాని, డోలిపై గాని, గంపలో కూర్చొని గాని,.యాత్ర మొదలు పెట్టాలి అన్నారు. గౌరీ కుండ్ నుండి కేదార్ నాథ్ 18 కి.మీ. దూరంలో ఉంటుంది. మా యాత్ర షెడ్యూల్ ప్రకారం. 17-5-24 నాడు ఉదయం మేము గౌరీ కుండ్ నుండి కేదర్ నాథ్ కు బయలుదేరాలి, సాయంత్రం వరకు కేదార్నాథ్ చేరుకొని ఆ రాత్రి పూట అక్కడ బస చేసి తెల్లవారి 18-5-24 నాడు కేదార్ నాథుని దర్శనం చేసుకొని.వెనుదిరిగి గుప్త కాశికి వచ్చి హోటల్ లో ఆ రాత్రి గడిపి తెల్లవారి.19-5-24 నాడు పీపల్ కోట్ కు బయలు దేరాలి, ఆ సాయంత్రం అక్కడ బస చేయాలి, తెల్ల వారి ఉదయం బద్రీ నాథ్ దర్శనం కోసం వెళ్ళాలి. కానీ మా ప్రయాణం షెడ్యూలు ప్రకారం నడవడం లేదు. యమునోత్రి లోనే ఒక్క రోజు లేట్ అయ్యింది. ఆ ఒక్క రోజు లేట్ అలానే కొనసాగుతుంది ప్రతి యాత్రకు. గుప్త కాశి నుండి సోన్ ప్రయాగ 30

కి.మీ. దూరంలో ఉంటుంది. ఒక గంటపావులో వెళ్ళచ్చు ట్రాఫిక్ సమస్య లేకుంటే బస్సుపై. ట్రాఫిక్ ఉంటే ఏడు ఎనిమిది గంటలు పట్టచ్చు, పది గంటలు పట్టచ్చు. గుప్త కాశిలో కేదార్ నాథ్ కు వెళ్ళడానికి హెలిప్యాడ్ ఉంది. మార్గ మధ్యంలో గుప్త కాశి నుండి సోన్ ప్రయాగ వరకు ఇంకో రెండు హెలిప్యాడ్ లు ఉన్నాయి వరుసగా ఒకటి పాటా, రెండవది సెర్సీ. హెలికాప్టర్ టికెట్ ఉన్నవాళ్లు ఆ మూడు హెలిప్యాడ్ ల నుండి కేదార్ నాథ్ దర్శనం కోసం అయిదు నుండి పది నిమిషాల్లో ప్రయాణించి మళ్ళీ వెనుదిరిగి రావచ్చు. కానీ హెలికాప్టర్ టికెట్ దొరుకడం చాలా కష్టం లక్షల మంది, వేలాది మంది టికెట్ కావాలని కోరుకుంటే. IRCTC ద్వారా టికెట్స్ కోసం సైట్ ఓపెన్ అయిన రెండు మూడు గంటల్లోనే టికెట్స్ అన్నీ బుక్ అయిపోయినాయి. మా మొత్తం బస్ లో ఒక జంటకు మాత్రమే హెలికాప్టర్ టికెట్ బుక్ అయ్యింది. వారు గుప్త కాశి నుండే దర్శనానికి వెళ్లారు హెలికాప్టర్ పై. హెలికాప్టర్ పై వెళ్లేవారికి గుప్త కాశి సరి అయిన ప్రదేశం. పాటా గుప్త కాశి నుండి 14 కి. మీ. దూరంలో, సిర్సీ 22 కి. మీ. దూరంలో ఉంటాయి. రోడ్డు మార్గంలో ఆ హెలిప్యాడ్ లను చేరుకోవడానికి గంటల సమయం పట్టచ్చు, బస్సు ద్వారా. గుప్త కాశిలో ఆగి ఉంటాం కాబట్టి హెలికాప్టరు ద్వారా వెళ్లే వారికి గుప్త కాశి చాలా అనుకూలమైన ప్రదేశం. మేము గుప్త కాశి నుండి సాయంత్రం 4.30 గంటల తర్వాత బయలుదేరాం సోన్ ప్రయాగ చేరుకోవడానికి. మాకు అడుగు అడుగునా ట్రాఫిక్ సమస్యలే మొదలు అయినాయి. బస్సు కదిలితేనా మెల్ల మెల్లగా నత్త నడకన సాగింది మా బస్సు ప్రయాణం. తెల్లవారి మూడు గంటల సమయంన మా బస్సు సీతా పూర్ లో వాహనాల పార్కింగ్ దగ్గర ఆగింది, ఇక ముందుకు వెళ్లే అవకాశం లేక. మేము అందరం బస్సు దిగినాం మా బ్యాగులను తీసుకొని.

నా చార్ ధామ్ యాత్ర

సీతాపూర్ పార్కింగ్ నుండి సోన్ ప్రయాగ వరకు

పదవ రోజు 18-5-24.

ఉదయం పూట కాబట్టి చలిపెడుతుంది. చేతులకు గ్లౌవ్స్, నెత్తిన ఉలన్ టోపీ, మెడ చుట్టూ మఫ్లర్ ధరించాను. సీతా పూర్ నుండి సోన్ ప్రయాగ వరకు దూరం 4.5 కి.మీ. నడువక తప్పదు. ట్రాఫిక్ సమస్యల వలన బస్సులు ముందుకు కదిలే పరిస్థితి లేదు. ఆ రాత్రి పూట చలిలో కాలి నడకన గంటన్నర ప్రయాణం చేస్తే సోన్ ప్రయాగ వచ్చింది. సోన్ ప్రయాగ లో మంచి లాడ్జ్ లు కూడా ఉన్నాయి. వాహనాలకు పార్కింగ్ ప్లేస్ కూడా ఉంది, కానీ ఆ పార్కింగ్ ప్లేస్ ఈ రద్దీ కి సరిపోయేంత లేదు. దారి పొడుగునా మాకు ఉలన్ స్వెట్టర్లు అమ్మేవాళ్ళు,.రెయిన్ కోట్లు అమ్మేవాళ్ళు కనిపించారు. వేలాది మంది ఆ దారి పొడుగునా నడుస్తూ ఉంటే అది ఒక జన జాతరలా ఉంది. మా బస్సులో ఉన్నది మొత్తం 27 మంది. ఎవరు జట్టున వారు వెళ్తున్నారు. నాతో సికింద్రాబాద్ కృష్ణ ఉన్నాడు. వాళ్ళందరూ ఎవరికి వీలు అయినట్టు వారిని వెళ్ళిపోనియి, మనము మాత్రం కలిసి వెళ్లుదాం అని చెప్పాను కృష్ణతో. కృష్ణకు కూడా 63 ఏండ్లు ఉన్నాయి. నడవడానికి ఇబ్బంది పడుతున్నాడు. నన్ను అనుసరిస్తూ నా వెంబడి వస్తున్నాడు. ఇలాంటి యాత్రా ప్రయాణాల్లో ఒకరి తోడు తప్పని సరిగా అవసరం అనిపించింది. యమునోత్రి, గంగోత్రి, ఇప్పుడు కేదార్ నాథ్ ప్రతి రోజూ ఐదు నుండి పది కిలోమీటర్లు నడువడమే, తప్పడం లేదు. సోన్ ప్రయాగ నుంచి గౌరీ కుండ్ కు జీప్ ఉంటుంది అన్నారు. ఇక గౌరీ కుండ్ నుండి నడిచే వాళ్ళు నడవడమే,

పోనీ పై వెళ్లే వాళ్ళు వెళ్ళడమే, డోలిలో వెళ్ళేవాళ్ళు డొలిపై వెళ్ళడమే, గంపలో వెళ్లే వాళ్ళు అలా వెళ్ళడమే! అందరం కలిసి బయలు దేరినా ఎవరి దారిన వారు వెళ్తున్నారు, నేను కృష్ణ కొద్దిగా వెనుక పడ్డాం. మా బస్సు లోని మిత్రులు మా కన్న కొద్దిగా ముందున వెళ్తున్నారు. అప్పుడు రాత్రి సమయం నాలుగున్నర అవుతుంది. అప్పుడు మేము కేదార్ నాథ్ వెళ్ళడానికి పోనీలకు టికెట్స్ ఇచ్చే కౌంటర్ దగ్గరికి చేరుకున్నాము. ఇంతలో మా దగ్గరికి ఒకతను వచ్చాడు, కేదార్ నాథ్ కు వెళ్ళడానికి పోనీ కావాలా అని. కావాలి అన్నాము. అతని దగ్గర అయిదు పోనీలు ఉన్నాయి అన్నాడు, మాకు రెండు పోనీలు అరేంజ్ చేస్తాను అన్నాడు. మిగతా పోనీలకు మనుషులు ఉన్నారు అన్నాడు. మమ్ములను పోనీ టికెట్స్ కొరకు లైన్ కట్టమన్నాడు. సోన్ ప్రయాగ నుండి పోనీ టికెట్ 3300 రూపాయలు మనిషికి. గౌరీ కుండ్ నుండి అయితే 3000 రూపాయలే. కానీ గౌరీ కుండ్ లో పోనీ టికెట్ కౌంటర్ దగ్గర బాగా రద్దీ ఉంటుంది. ఇక్కడ అయితే ఈజీ గా తీసుకోవచ్చు టికెట్స్ అన్నాడు. సరే కావచ్చు అని పోనీ టికెట్ కొరకు లైనులో నిలబడ్డాను నాకు కృష్ణ కొరకు డబ్బులు చేతిలో పట్టుకొని, సరిగ్గా అయిదు గంటలకు టికెట్ కౌంటర్ ఓపెన్ అయ్యింది. ఇద్దరికీ టికెట్స్ తీసుకున్నాం. అక్కడే ఉన్న మనిషి దగ్గర మా చార్ ధామ్ యాత్ర రిజిస్ట్రేషన్ కార్డును స్కాన్ చేయించుకున్నాం. అప్పటికే మా బస్సు మిత్రులు గౌరీ కుండ్ కు వెళ్ళిపోయారు. మేము వెనుకపడ్డాం వారి నుండి. ఇదంతా పోనీల యజమాని చేసినపని. వాస్తవానికి గౌరీ కుండ్ కు వెళ్లితే అక్కడ వేడి నీటి స్నాన కుండం ఉంటుంది అక్కడ. అక్కడ కాల కృత్యాలు తీర్చుకొని.స్నానం చేసి పోనీ టికెట్ కొనుక్కొని వెళ్లితే బాగుండేది. కానీ మమ్ములను తనమాటలతో మిస్ గైడ్ చేశాడు పోనీల యజమాని. ఎప్పుడైనా గ్రూప్ తో వస్తే గ్రూప్ తోనే వెళ్ళాలి అని అనుభవ పూర్వకంగా తెలిసింది. పోనీల యజమాని మమ్ములను పురమాయిస్తూ మాకు త్రోవ చూపిస్తూ సోన్ ప్రయాగ

నుండి గౌరీ కుండ్ వెళ్లే జీప్ స్టాండ్ దగ్గరికి తీసుక వెళ్ళాడు. అక్కడి నుండి గౌరీ కుండ్ 5 కి.మీ. దూరంలో ఉంటుంది. అక్కడి నుండి మనిషికి యాభయి రూపాయలు చెల్లించి జీపు పై గౌరీ కుండ్ కు వెళ్లాం. నిజంగా గౌరీ కుండ్ 6500 అడుగుల ఎత్తు మీద ఉంటే.సోన్ ప్రయాగ 6000 అడుగుల ఎత్తున ఉంటుంది సముద్ర మట్టం నుండి. వాటి మధ్య దూరం 5 కి.మీ. అక్కడ జీపులు నడిపిస్తున్నారు. అక్కడ ఒక రోప్ వే ఏర్పాటు చేస్తే యాత్రికులకు అనుకూలంగా ఉంటుంది. రామ్ పూర్ లోనూ, సీతా పూర్ లోనూ, సోన్ ప్రయాగ లోనూ వాహనాల పార్కింగ్ కోసం స్థలం తక్కువగా ఉంటే అంతస్తుల భవనాల పార్కింగ్ ప్లేస్ లు ఏర్పాటు చేయడం మంచిది. పార్కింగ్ ప్లేస్ లు లేవు సరిపడినంత అని దూరంగానే బస్సులు ఆపివేయడం వలన యాత్రికులు గంటల కొద్ది నడువ వలసి వస్తుంది. బస్సుల ట్రాఫిక్ జామ్ వలన, ఇలా యాత్రికుల కాలి నడక వలన సమయం అంతా పది పన్నెండు గంటలు రోడ్ల మీదనే గడపవలసి వస్తుంది. యాత్రికుల కష్టాలు తెలుసుకొని ప్రభుత్వాలు రవాణా సౌకర్యాలు, దారి వెంబడి వసతి సౌకర్యాలు, సౌచాలయ సౌకర్యాలు కల్పించడం అవసరం. రోడ్ మీద సౌకర్యాలు పెంచే అవకాశాలు తక్కువ ఉన్నపుడు, హెలికాప్టర్ ల సంఖ్యను పెంచి యాత్రికులకు ఇంకా కొంత సౌకర్యం కలిగించవచ్చు. డోలి ఎక్కితే పదిహేను వేలు, పోనీకి మూడు వేలు, హెలికాప్టర్ కు కూడా వన్ సైడ్ మూడు వేల వరకే. చార్ ధామ్ యాత్రపై ప్రేమతో, భక్తితో యాత్రికులు చాలా.ఇబ్బందులకు గురి అవుతూ యాత్రలు చేస్తున్నారు. వానలు కురువక వాతావరణం బాగుంటే వారు అదృష్టవంతులు, వానలు కురిస్తే.వారి యాత్ర కష్టతరం అవుతుంది. అదృష్టం బాగుండి మా యాత్రలో ఇప్పటివరకు వర్షం పడలేదు. ప్రకృతి మమ్ములను కరుణించింది అనిపించింది.

కేదార్ నాథ్ యాత్ర

నా చార్ ధామ్ యాత్ర

గౌరీ కుండ్ నుండి కేదార్ నాథ్ వరకు

పదవ రోజు 18-5-24.

కేదార్ నాథ్ మహత్యం: కేదార్‌నాథ్ ఆలయం శివుని యొక్క పన్నెండు జ్యోతిర్లింగాలలో ఒకటి..ఈ ఆలయం ఉత్తరాఖండ్ రాష్ట్రంలో, రుద్ర ప్రయాగ జిల్లాలో గర్హ్వాల్ హిమాలయ పర్వత శ్రేణుల్లో మందాకినీ నదికి సమీపంలో ఉంది. ఈ ఆలయం హిమాలయాల్లోని మంచుకొండల్లో ఉండడం వలన విపరీతమైన వాతావరణ పరిస్థితుల కారణంగా, ఈ ఆలయం ప్రతి ఏటా ఏప్రిల్.మాసంలోని అక్షయ తృతీయ నాడు తెరువబడి, దీపావళి అమావాస్య తర్వాతి.రెండవ తిథి వరకు ఆరు నెలల మాత్రమే భక్తుల దర్శనం కొరకు తెరిచి ఉంచబడుతుంది. మిగతా ఆరు నెలలు దేవాలయం చలికాలం మంచుతో కప్పబడి ఉంటుంది కాబట్టి, ఈ మధ్య కాలంలో స్వామి వారి ఉత్సవ విగ్రహాన్ని ఊకి మఠానికి తరలించి అక్కడ పూజలు నిర్వహిస్తారు అక్కడి పూజారులు. హిందూ పురాణాల ప్రకారం, ఈ ఆలయం మొదట్లో పాండవులచే నిర్మించబడింది అని అంటారు. పాండవులు కేదార్‌నాథ్‌లో తపస్సు చేయడం ద్వారా శివుడిని ప్రసన్నం చేసుకున్నారని చెపుతారు. హిమాలయాలలోని చార్ ధామ్ యాత్రలో నాలుగు ప్రధాన క్షేత్రాలలో ఈ ఆలయం ఒకటి.మరియు ఇది పంచ కేదార్ తీర్థ స్థలాలలో మొదటిది.

నా చార్ ధామ్ ఆధ్యాత్మిక యాత్ర

పంచ కేదారాలు

కురుక్షేత్ర యుద్ధం ముగిసిన తరవాత పాండవులు బ్రహ్మహత్యా పాతకం, దాయాదులను చంపిన పాపం పోగొట్టుకోవడానికి శివ దర్శనానికి వెళ్తారు కాశికి. వారికి దర్శనం ఇవ్వడానికి ఇష్ట పడని శివుడు కాశీ విడిచి నంది రూపం ధరించి అక్కడి నుండి.ఉత్తర దిశగా పయనమవుతాడు. పాండవులు పట్టు వదలక ఆ నందిని.వెంబడించగా గుప్త కాశీ (అనగా దాచిన కాశీ - శివుడు దాగివున్న ప్రదేశం).సమీపంలో ఎద్దు మేస్తున్నట్లు చూస్తాడు భీముడు. భీముడు వెంటనే ఆ ఎద్దును శివుడని గుర్తించి దాని తోక మరియు వెనుక భాగాన్ని.పట్టుకుంటాడు. కానీ ఎద్దు రూపంలో ఉన్న ఆ శివుడు భూమిలోకి అదృశ్యమవుతాడు. అలా అదృశ్యమైన ఎద్దు యొక్క.మూపురం కేదార్‌నాథ్‌లో పెరగడం, తుంగనాథ్‌లో చేతులు కనిపించడం, రుద్రనాథ్‌లో ముఖం, మధ్యమహేశ్వర్‌లో నాభి భాగం లింగంగా వెలయడం, శివుని యొక్క జటాజూటం (వెంట్రుకలు) కల్పేశ్వర్ లో.లింగ రూపంలో వెలసినవని స్థల పురాణం చెప్తుంది. అలా నంది యొక్క శరీర భాగాలు ఐదు చోట్ల ప్రతిష్ఠితమై అవి పుణ్య క్షేత్రాలుగా భాసిల్లినాయి. పాండవులు ఈ.ఐదు క్షేత్రాల్లో శివుడిని పూజించడం కోసం ఐదు దేవాలయాలను నిర్మించారు అంటారు. ఈ ఐదు ప్రదేశాలను కలిపి పంచ కేదార్ అని పిలుస్తారు. అవి

1.కేదారినాథ్

2.తుంగ నాథ్

3.రుద్ర నాథ్

4.మధ్య మహేశ్వర్,

5.కల్పేశ్వర్.

నా చార్ ధామ్ ఆధ్యాత్మిక యాత్ర

ద్వాదశ జ్యోతిర్లింగాలలో ప్రసిద్ధి గాంచిన కేదార్ నాథ్ పంచ కేదారాలలో మొదటిది. పాండవులకు అందకుండా పారిపోయి నంది రూపంలో ఉన్న శివుని మూపురభాగం ఉన్న చోటే ఈ కేదార్ నాథ్ క్షేత్రం. ఇక్కడి లింగం త్రిభుజాకారంలో ఉంటుంది. ఆ నంది యొక్క ముందటి భాగం తల భాగం నేపాల్ లోని పశుపతి నాథ్ ఆలయంలో వెలసింది అంటారు. పాండవులు తమ అంతిమ దశలో స్వర్గారోహణ ఇక్కడ నుండి ప్రారంభించారు అని అంటారు. జగత్ గురువు ఆది శంకరాచార్యులు మోక్షం పొందిన క్షేత్రం కూడా ఇదే అంటారు. ఇక్కడ కేదార్ నాథ్ దేవాలయం వెనుక ఆది శంకరుల సమాధి కూడా దర్శనం ఇస్తుంది.

"కేదార్ నాథ్" అనే పేరుకు "క్షేత్రానికి ప్రభువు" అని అర్థం. కేదారము అనగా క్షేత్రం మరియు నాథ అనగా ప్రభువు అనే సంస్కృత పదాల నుండి వచ్చింది ఈ కేదార్ నాథ్ పేరు. తొలుత ఇది పంచ పాండవులచే నిర్మించబడింది అని చెప్పబడినా క్రీ.శ. 8 వ శతాబ్దంలో జగత్ గురువు ఆది శంకరా చార్యుల వారిచే ఈ ఆలయం పునరుద్ధరించబడింది అని తెలుపబడింది. గడచిన వెయ్యి ఏళ్లలో ఇది 400 ఏండ్లు మంచులోనే కప్పబడి ఉంది అని చెపుతారు కూడా. కేదార్ నాథ్ ను చేరుకోవడం ఒక సాహసోపేతమైన క్రీడ. ప్రపంచంలోని ఎత్తైన మంచు కొండల్లో వెలసిన ఈ కేదార్ నాథుణ్ణి దర్శించడం ఒక మహా అద్భుతం. కష్టనష్టాలకు ఓర్చి భక్తులు శివయ్యను దర్శించుకొని తరిస్తారు ప్రతి ఏటా లక్షల మంది.

గౌరీ కుండ్ నుండి కేదార్ నాథ్ ప్రయాణం

గౌరీ కుండ్ విశిష్టత: గౌరీ అనగా పార్వతి పర్వత రాజు హిమవంతుని కూతురు.హిందూ పురాణ కథల ప్రకారం గౌరీ దేవి శివుని ప్రేమను గెలుచుకోవడానికి అనేక యోగ విన్యాసాలతో శివుని గూర్చి.తపస్సు చేస్తుంది ఈ గౌరీ కుండ్ ప్రదేశంలోనే. ఈ ప్రదేశంలోనే శివుడు.పార్వతి యొక్క ప్రేమకు, తపస్సుకి ముగ్ధుడై పార్వతి యొక్క ప్రేమను అంగీకరిస్తాడు..ఇక్కడికి సమీపంలోని త్రియుగ్ నారాయణ్ అనే ప్రదేశం వద్ద శివ పార్వతుల వివాహం జరుగుతుంది..గౌరీ కుండ్ లో వేడి నీటి ఊటలు ఉన్నాయి. అంతటి చలి ప్రదేశంలో వేడి నీటి ఊటలు ఉండడం ప్రకృతి విశేషం. ఆ వేడి నీటి కుండముల దగ్గరే భక్తులు స్నానం చేయడానికి స్నాన ఘట్టములు ఉన్నాయి.. మేము గౌరీకుండ్ లో జీప్ దిగి గుర్రాలశాల వైపు నడిచాము. వాస్తవానికి మా పోనీ టికెట్ సోన్ ప్రయాగ నుండి ఉంది. కానీ మా పోనీ యజమాని మాకు సోన్ ప్రయాగ నుండి గుర్రాలను ఏర్పాటు చేయలేదు. అతని గుర్రాలు గౌరీకుండ్ లోని గుర్రాల శాల వద్ద ఉన్నాయి. అది యజమాని చేసిన మోసం మాకు.సోన్ ప్రయాగ నుండి టికెట్ కొనిపించడం. అదనంగా మూడు వందలు చెల్లించడం జరిగింది. ఎవరైనా యాత్రికులు గౌరీ కుండ్ కు వచ్చి అక్కడ కాలకృత్యాలు తీర్చుకొని, వేడి నీటి కుండంలో స్నానం చేసి, టిఫిన్, టీ సేవించి పోనీ టికెట్ గౌరీ కుండ్ లోనే కొనుక్కొని తీరిగ్గా నాలుగైదు గంటల్లో కేదార్ నాథ్ చేరుకోవచ్చు. మా ట్రావెల్ ఏజెన్సీ నాని కూడా చెప్ప లేదు మాకు ఇలా వెళ్లాలి అని. మేము గ్రూప్ తో వెళ్లితే బాగుండేది. నేను కృష్ణ ఇద్దరమే వేరు అయినాము గ్రూప్ నుండి. మా గుర్రాల యజమాని మమ్ములను గుర్రాల స్టాండ్ కి తీసుక వెళ్ళాడు వడివడిగా. మమ్ములను గుర్రాలపై ఎక్కించాడు.

అప్పుడు సమయం ఉదయం 7 గంటలు దాటింది. ఇక అక్కడి నుండి నాలుగున్నర అయిదు గంటల.వ్యవధిలో కేదార్ నాథ్ కు చేరుకోవచ్చు అన్నారు. గుర్రం ఎక్కి ముందే వాటర్ బాటిల్ తీసుకున్నాను. ఎడమ చేతికి కర్పూరము బిళ్ళలు దస్తిలో వేసి కట్టుకున్నాను. మెల్ల మెల్లగా మా కేదార్ నాథ్ యాత్ర మొదలు అయ్యింది. కొందరు డోలీలపై వెళ్తున్నారు, కొందరు కర్రలు పట్టుకొని నడిచి వెళ్తున్నారు, కొందరు బుట్టలో కూర్చుండి మనిషి మోస్తుంటే వెళ్తున్నారు, కొందరు పోనీలపై వెళ్తున్నారు. నిన్నటి రోజున.కేదార్ నాథ్ కు వెళ్లిన యాత్రికులు మాకు ఎదురుగా వస్తున్నారు కిందికి కాలినడకన, డోలీలపై, పోనీలపై, బుట్టలలో. ఆ యాత్రికులలో, నవ యువతీ యువకులు కూడా ఉన్నారు, ముసలి వాళ్ళు కూడా ఉన్నారు, నడవడానికి ఇబ్బంది పడే వాళ్ళు కూడా ఉన్నారు. ఒక దీక్షతో, ఒక పట్టుదలతో, ఒక భక్తితో, ఒక నమ్మకంతో వాళ్ళు యాత్రను చేస్తున్నారు అనిపించింది. నిజంగా చార్ ధామ్ యాత్ర ఒక అద్భుతమైన సాహసోపేతమైన యాత్ర. బతుకంటే ఎన్నో అనుభవాలు తెలుస్తాయి. ఎన్నో కష్ట నష్టాలు, తెలుస్తాయి. ప్రకృతిలో నడుస్తున్నపుడు ఎండ, వాన, చలి కూడా భరిస్తూ ముందుకు సాగవలసి ఉంటుంది. ఒక్కోసారి ప్రకృతి అనుకూలించక పోతే రోజుల తరబడి ఆహారం కూడా లభించే అవకాశం కూడా ఉండదు. ఇదంతా ఎందుకు అంటే దేవుడిపై భక్తి అని తలుస్తారు భక్తులు! మనిషి ఎదుటి వారి ముందు సద్భావనతో, మంచి మనసుతో, సేవాభావంతో, స్నేహ సహకారాలను అందిస్తూ ముందుకు సాగవలసి ఉంటుంది. నేను, నాది అనే అహంను కూడా వదిలి పెట్టవలసి ఉంటుంది. ప్రయాణం చేస్తుంది వేల అడుగుల ఎత్తున ఉన్న మంచు కొండల్లోకి, ప్రకృతి ఒడిలోకి, దేవుడు కొలువై ఉన్న సన్నిధి లోకి. నువ్వు ఎంత నిర్మల మనసుతో ఉంటే నీ ప్రయాణం అంత సజావుగా సాగుతుంది నీ యాత్ర అనిపించింది. నాకు నేను అనుకున్నది ఇది. ఎవరి అభిరుచులు, ఇష్టాలు

వారివి. నాతో ప్రయాణం చేస్తున్న కృష్ణ నిర్మలమైన మనసున్న మనిషి. నాతో పాటు అతను, అతనితో పాటు నేను ప్రయాణం కొనసాగించాము. మా గ్రూప్ లోని వాళ్ళు మా కన్న ముందుగానే వెళ్ళినారు కావచ్చు అనుకున్నాను. లోయలు, ఎత్తులు, గట్లు, మలుపులు, రాళ్ళ దారి, అక్కడక్కడ, మెట్ల దారి, అక్కడక్కడ వంతెనలు ఉన్నాయి. అందరితో పాటు మేము మనసు ఉంచి ప్రయాణం కొనసాగించాం కేదార్ నాథ్ కు. రెండు గంటల తర్వాత మా పోనీలను ఒక హోటల్ దగ్గర ఆపారు మా పోనీలతో వచ్చిన సహాయకులు. మమ్ములను పోనీలపై.నుంచి దిగేటట్టు చేశారు..అప్పటికి ఎండ బాగా కొడుతుంది. చెమట బాగా పోయింది మా శరీరాల లోంచి. కృష్ణ కొద్దిగా అలసిపోయినట్టు ఉన్నాడు. నాతో పాటు తెచ్చుకున్న ఓరల్ డీహైడ్రేషన్ ప్యాకెట్లు విప్పి మంచినీటి వాటర్ బాటిల్స్ లో పోసుకొని త్రాగాము ఇద్దరం. ఒక అరగంట గుర్రాలకు కూడా రెస్ట్ దొరికినట్టయ్యింది. పైకి వెళ్తున్న కొద్ది వాటర్ బాటిల్స్ రేట్లు పెరుగుతున్నాయి. యాభై రూపాయలకు ఒక బాటిల్ అన్నారు. తప్పదు కాబట్టి కొనుక్కున్నాం. నేను తీసుకువెళ్ళిన గ్లూకోజ్ పాకెట్లోంచి చెరి కొంత గ్లూకోజ్ పొడిని అరచేతిలో వేసుకొని బుక్కాము. మాతో పాటు వచ్చిన సహాయకులు కూడా రెస్ట్ తీసుకొని టీ తాగి మళ్ళీ వచ్చారు. మళ్ళీ పోనీలపై మా ప్రయాణం కొనసాగించాము. గౌరీ కుండ్ నుండి కేదార్ నాథ్ ప్రయాణం కొంత బోర్ గా అనిపించింది. యమునోత్రి యాత్ర గంటన్నర రెండు గంటల్లో అయిపోతుంది పైకి వెళ్ళడానికి. అలా యమునోత్రి యాత్ర మానసికంగా ఈజీ అనిపించింది కేదార్ నాథ్ యాత్ర తో పోల్చుకుంటే. యమునోత్రి యాత్రలో పార్కింగ్ ప్లేస్ నుండి యమునోత్రి దగ్గరి వరకు పోనీ పై వెళ్ళవచ్చు. కేదార్ నాథ్ యాత్ర లో గౌరీ కుండ్ కు నడువ వలసి వచ్చింది పది కిలో మీటర్ల వరకు. యమునోత్రి 6 కి.మీ. ప్రయాణం అయితే, కేదార్ నాథ్ యాత్ర గౌరీ కుండ్ నుండి 18 కి.మీ.వరకు ఉంటుంది. అందుకే 5-6 గంటల సమయం

పట్టవచ్చు. మార్గ మధ్యంలో నీటి ధారలు కనిపించాయి. మంచు కొండలు కనిపించాయి మంచు పరుచుకొని. కొందరు ఆ మంచులోకి ఎక్కి నడుస్తున్నారు

దూరం భారం అనిపించింది మాకు. పెద్దగా టిఫిన్ ఏమీ తినలేదు. నేను కొన్ని పల్లీలను, బెల్లం కలుపుకొని తీసుకపోయాను తినడానికి, కొన్ని నువ్వుల ఉండలు తీసుకపోయాను. ఆకలి అనిపించినపుడు అవే తిన్నాను, మంచినీళ్ళు తాగాను. నిజంగా చాలా మంది కాలి నడకన కూడా నడుస్తున్నారు. వారికి వయసు ఓపిక ఉందేమో కాబట్టి నడుస్తున్నారు. మైదానం మీద అయితే నడువవచ్చు కానీ ఇది మెలికలు తిరుగుతూ సాగుతున్న కొండ ప్రాంతం, అది కూడా హిమాలయ పర్వత సానువుల్లోని దాదాపు 12000 వేల అడుగుల కంటే ఎత్తు ఉన్న ప్రాంతం. ఆక్సిజన్ లెవెల్స్ తక్కువ ఉంటాయి అంటారు. నాకు మోకాళ్ళ నొప్పులు ఉన్నాయి, పైకి ఎక్కుతున్నా కొద్ది మొస్స, దమ్ము వస్తుంది. అది కూడా ప్రమాదమే,.అందుకే నేను పోనీపై వెళ్ళడానికే నిర్ణయించుకున్నాను. అలా వెళ్ళడం వలన నాపై శారీరకంగా కానీ, మానసికంగా కానీ ఏమీ ఒత్తిడి పడ లేదు. తెలివైన, దృఢమైన ఆ పోనీ నన్ను చక్కగానే పైకి తీసుకువెళ్ళింది. కేదార్నాథ్ యాత్రకు లక్షల మంది వెళ్తారు. ఆ లక్షల మందికి సరిపడే ఆహార ధాన్యాలు, వస్తువులు అన్నీ ఈ పోనీల పైనే సరఫరా అవుతాయి. ఆ పోనీల సేవ లేకుంటే ఈ యాత్ర దుర్లభం చాలా మందికి. దాదాపు అయిదు గంటల వ్యవధి తర్వాత అంటే మధ్యాహ్నం ఒంటిగంట తర్వాత మమ్ములను పోనీలు పోనీల స్టాండ్ దగ్గర దింపినాయి. అక్కడికి దేవాలయం రెండు కి.మీ. దూరం వరకు ఉంటుంది. మళ్ళీ నడవడమే తప్పదు. యాత్ర అంటేనే నడక అనే లాగ ఉంది. నాకు గాని, కృష్ణకు గాని కాళ్ళు ఈడ్చుక పోతున్నాయి నొప్పి పెట్టి. ముఖ్యంగా మోకాళ్ళ నొప్పులు ఇబ్బంది పెట్టాయి. కొద్ది సేపు కూర్చున్నాము అక్కడ త్రోవ వెంబడి. ఆ త్రోవ వెంబడి హోటళ్ళు, కుటీరాలు కూడా ఉన్నాయి. రూంలు కావాల్నా అని అడిగారు కొందరు. అవి టెంట్

రూములు. మనిషికి 400 రు.లు అన్నారు. గుడికి దగ్గరలోనే టెంట్ రూములు మనిషికి 700 నుండి వెయ్యి రూపాయల వరకు దొరుకుతాయి అన్నారు. ఇంకా హోటల్ గదులే కావాలంటే ఐదారు వేలు, పది వేల వరకు గదులు దొరుకవచ్చు అని అన్నారు. ఈ త్రోవలో కంటే గుడికి కొద్దిగా దగ్గరగా గదులు తీసుకుంటే మంచిది అనుకున్నాము. ఇంతలో మా వెనుక వచ్చే మా బస్సులోని తోటి సోదరీమణి విజయ గారు.ఫోన్ చేశారు మేము వెనుక వస్తున్నాము అని. నిజానికి సోన్ ప్రయాగ లోనే ఉదయం అయిదు గంటలకే మేము మా బస్సు మిత్రుల నుండి వెనుకపడ్డాము. కానీ మా పోనీ టికెట్ సోన్ ప్రయాగ లోనే కొనుక్కొని డైరెక్ట్ గా గౌరీ కుండ్ లో ఆగకుండా వచ్చాము కాబట్టి మేమే అందరి కన్నా ముందుగా చేరుకున్నాము కేదార్ నాథ్ కు. మా వెనుక వచ్చే మిత్రులు గౌరీ కుండ్ లో స్నానం చేసి వచ్చారు కొందరు, కొందరికి పోనీ టికెట్ కొనుక్కునే దగ్గర బాగా రష్ ఉండడం వలన అక్కడ లేట్ అయ్యింది అన్నారు. మేము మా మిత్రులను కలుపుకొని నడుస్తూ నడుస్తూ గుడి దగ్గరకు పొయ్యేవరకు ఇంకో ముప్పావు గంట పట్టింది. నేను, కృష్ణ, జనార్ధన్ రెడ్డి, అతని వియ్యంకుడు, మా కరీంనగర్ సోదరీ మణులు ఇద్దరు, సిద్దిపేట సోదరీమణి ఒకరు అందరం కలిసి వెళ్ళాము. వెళ్తూ వెళ్తూ ఉండగా టెంట్ రూములు కావాల్నా అని ఒకతను అడిగాడు. ఎంత అని అడిగితే మనిషికి 700 రూపాయలు అన్నాడు..పన్నెండు మంది ఉండచ్చు అన్నాడు. 8400 వందలు అన్నాడు. గదులు కావాలి అంటే పదివేలు అవుతుంది ఒకో గదికి అన్నాడు. ఒక రాత్రికే కదా ఇక్కడ అడ్జస్ట్ అవుదాము అన్నారు మిత్రులు. డబ్బులు ఫోన్ పే ద్వారా చెల్లించి ఆ టెంట్ రూం తీసుకున్నాము నాతో పాటు ఉన్న యెనిమిది మందిమి. టెంట్ గదిలో పడుకోవడానికి ఉలన్ పరుపులు ఉన్నాయి, కప్పుకోవడానికి ఉలన్ బట్టలు ఉన్నాయి. కరెంట్ సదుపాయం ఉంది, ఫోన్ రీచార్జ్ చేసుకోవడానికి సదుపాయం ఉంది. లెట్రిన్ బాత్ రూములు మాత్రం దగ్గరలో

ఉన్నాయి పక్కనే అని చూపించాడు. వేడి నీళ్లు కూడా 100 రూపాయలు ఇస్తే బకెట్ నీళ్ళు ఇస్తారు అన్నారు. కాబట్టి మేము ఇక్కడే అడ్జస్ట్ అవుదాం అనుకున్నాము. మాతో పాటు వచ్చిన కొందరు డైరెక్ట్ గా వచ్చి దేవుడి దర్శనం చేసుకొని అక్కడే దేవుడి గుడి పరిసరాల్లో రూములు తీసుకొని ఉండిపోయారు మనిషికి పదిహేను వందలు అయినాయి అన్నారు. నిజానికి ఒక నెల ఇరువది రోజులకు ముందే కేదార్నాథ్ లో ఆన్లైన్ ద్వారా గదులు బుక్ చేసుకునే సదుపాయం ఉంది. గదులు దేవాలయానికి దగ్గర లోనే అర కిలోమీటరు పరిధిలోనే ఉన్నాయి. కొన్ని ట్రావెల్ ఏజెన్సీ వాళ్ళు వాళ్ల తరపున గదులు బుక్ చేసినారు యాత్రికుల కోసం అని చెప్పిన యాత్రికులు కూడా కనిపించారు. మా ట్రావెల్ ఏజెన్సీ నాని మాత్రము మాకు ఈ విషయాలు ఏమీ చెప్పలేదు. ఆన్లైన్ లో గదులు బుక్ చేసుకోవచ్చు అనే విషయం కూడా మాకు తెలియదు. కేదార్‌నాథ్ ఆలయానికి సమీపంలో

సౌకర్యవంతమైన గదులను అందించే వివిధ ధర్మశాలలు మరియు ఆశ్రమాలు కూడా ఉన్నాయి.

ఇంకా గర్వాల్ మండల్ వికాస్ నిగమ్ లిమిటెడ్ (GMVN), ఉత్తరాఖండ్ ప్రభుత్వం యొక్క సంస్థ ఇది. ప్రస్తుతం ఇది 40 కోట్ల రూ. మూలధనంతో 1200 మందికి పైగా అంకితమైన ఉద్యోగులతో చార్ ధామ్ యాత్రికుల కోసం ఇది గర్వాల్ అంతటా 90 కంటే ఎక్కువ గెస్ట్‌హౌస్‌లు మరియు పర్యాటక బంగ్లాలను కలిగి ఉంది. గదుల ధర డార్మిటరీ టెంట్ కు 900 రూ. డార్మిటరీ గదికి 1500 రూ.ఫ్యామిలీ రూమ్ కు రూ. 2500 చొప్పున అందిస్తున్నాయి. వీటిని GMVN వెబ్సైట్ ద్వారా ఆన్లైన్లో కూడా బుక్ చేసుకోవచ్చు.

కేదార్‌నాథ్ ఆలయానికి సమీపంలో అర కిలో మీటర్ రేడియస్ లో GMVN టూరిస్ట్ గెస్ట్ హౌస్ లు ఉన్నాయి. వీటిలో సామానులు దాచుకునే కప్ బోర్డులు,

ప్రథమ చికిత్స, అందుబాటులో డాక్టర్, వేడి నీరు, గీజర్, బాత్ రూములు, పడుకునే, కప్పుకునే ఉన్ని పరుపులు, దుప్పట్లు, మంచములు అందుబాటులో ఉంటాయి..కానీ వీటి గురించి తెలియాలి ముందుగా. కేదార్ నాథ్ కు వెళ్లిన తర్వాత ఒక గంట సేపు రూముల కోసం తిరిగితే తప్పకుండా వసతులతో కూడిన గదులు దొరుకుతాయి. గదులు దొరుకని పరిస్థితులలో ప్రయివేటు వాళ్లచే నిర్మించబడిన టెంట్ గదులు అయినా దొరుకుతాయి, దూరాన్ని బట్టి రేటు 400 రూ. ల నుంచి 700 రూ. వరకు, ఇంకా అంటే వెయ్యి రూపాయల వరకు. ఒకోసారి డిమాండ్ ను బట్టి రేటు రూం కావాలంటే 10000 రూ. లు అన్నారు మేం అడిగితే. చార్ ధామ్ యాత్రలో మార్గ మధ్యంలో వివిధ ప్రదేశాలలో బస చేయడానికి హోటల్స్ ఉన్నాయి..కొందరు యాత్రికులు హెలికాప్టర్ మీద వెళ్లితే వారికి పావుగంట ప్రయాణం, రెండు గంటల్లో ప్రత్యేకమైన విఐపి దర్శనం చేసుకొని మళ్ళీ వెనుదిరుగుతారు. ఒకోసారి రష్ బాగా ఉండి వెళ్లిన నాడే దర్శనం కాదు. కాబట్టి ఆ రోజు రాత్రి కేదార్నాథ్ లో గడిపి తెల్లవారి దర్శనం చేసుకొని వస్తారు. సరి అయిన గైడెన్స్ ద్వారా వెళ్లితే ప్రయాణం సులభం అవుతుంది. మేము టెంపుల్ కు దగ్గరగా గదుల కోసం వెతికితే మాకు కూడా గదులు దొరికేవేమో! కానీ మమ్ములను మార్గ మధ్యంలోనే పట్టుకున్నాడు టెంట్ గదుల అతను మధ్యాహ్నం రెండు మూడు గంటల మధ్యన. అప్పటికి కొన్ని వాన చినుకులు పడ్డాయి. ఎలాగోలా ఎనిమిది మందిమి ఆ టెంటు గదుల్లోనే అడ్జస్ట్ అయ్యాము. అప్పటికి సమయం మూడు గంటలు దాటిపోయింది. ప్రయాణం మీదనే గడిచిపోయింది పొద్దు అంతా. రూంలో బ్యాగ్ పెట్టేసి అక్కడికి దగ్గరలోని సౌచాలయం దగ్గరికి వెళ్ళాను. రెండు లాట్రిన్ గదులు ఉన్నాయి. పెద్ద వాటర్ ట్యాంక్ నింపి ఉంది, నల్ల నిరంతరం వస్తూనే ఉంది. నీళ్ళు ముట్టుకుంటే గడ్డ కట్టుక పొయ్యేంత చల్లగా ఉన్నాయి. ఆ నీటితో స్నానం చెయ్యడం కష్టం. అక్కడి నుండి కొద్దిగా ముందుకు వెళ్లితే అక్కడ వంద

రూపాయలకు.ఒక బకెట్ వేడి నీళ్లు ఇచ్చే వాళ్ళు కనిపించారు. నేను వంద రూపాయలు ఇస్తే ఒక బకెట్ వేడి నీళ్లు ఇచ్చారు. ప్రత్యేకంగా బాత్ రూములు అని ఏమీ లేవు, స్నానం చేస్తే ఆ బాత్ రూములలోనే చెయ్యాలి, లేదంటే మగవాళ్ళు ఓపెన్ గా అక్కడి గద్దెల మీద చెయ్యాలి. ఆడవాళ్ళ స్నానాల కొరకు మూడు దోమతెర గదుల్లాంటివి కట్టారు. నేను అక్కడే గద్దెలపై స్నానం చేసి కొత్త బట్టలు కట్టుకొని మా టెంట్ గదికి వచ్చాను. అప్పటికే ప్రయాణ బడలిక వలన కొందరు మిత్రులు నిద్రపోతున్నారు. పొద్దటి నుండి నేను ఏమీ తినలేదు, కొన్ని పల్లి పట్టీలు, నువ్వుల ఉండలు మాత్రం తిన్నాను. కొంత గ్లూకోజ్ పొడి బుక్కాను, కొన్ని ఎలక్ట్రాల్ పౌడర్ వాటర్ నీళ్ళు త్రాగాను. ఆకలి అవుతుంది, మా టెంట్ గది నుండి కొంత దూరంగా నడిచి వచ్చి దగ్గరగా ఉన్న గుడిసె హోటల్ కు వెళ్లాను. నాలుగు చపాతీలు, కొంత పప్పు కూరతో ఇచ్చారు, నూటా ఇరువై రూపాయలు తీసుకున్నారు..కడుపు చల్లబడింది రొట్టెలు తిన్న తరువాత. అందరూ తెల్లవారి దర్శనం చేసుకుందాం అన్నారు. మాకు టెంట్ గది ఇచ్చిన అతను మాకు ప్రత్యేకంగా పూజారిని మాట్లాడి దర్శనం చేయిస్తాను అని చెప్పాడు. అప్పటికి సాయంత్రం ఐదున్నర ఆరు గంటలు అవుతుంది. గుడి దగ్గరకు వెళ్ళాలి అనుకున్నాను. అప్పటికి చిన్నగా చలి పెడుతుంది. ఒక శాలువా కప్పుకొని గుడి దగ్గరకు వెళ్ళాను. అలా అక్కడ ఉన్న ఇనుప బ్రిడ్జి మీది నుండి నడిచి వెళ్లి కొద్దిగా కుడికి తిరిగాను. గుడి గోపురం ప్రత్యక్షం అయ్యింది. నాకు ఆశ్చర్యం అనిపించింది అలా గుడి గోపురం కనిపించడం. నేను కేదార్నాథ్ చేరుకున్నప్పటి నుండి చూస్తున్న గుడి గోపురం కనిపిస్తుందేమో అని. కానీ గుడి చుట్టూ మానవ నిర్మిత బిల్డింగులు ఉండడం వలన గుడి ఎక్కడ ఉందో కనిపించడం లేదు ఇంతకు ముందు. అలా నడుస్తూ గుడి ముందటికి వెళ్లాను. గుడి వెనుక హిమాలయ పర్వత శ్రేణులు కనిపిస్తున్నాయి. అలా హిమాలయాలను చూడడం ఒక

అద్భుతమైన దృశ్యం. ఆనాడు వర్షం వాతావరణం ఏమీ లేదు, కొద్దిగా చల్లటి వాతావరణం ఉంది. గుడి ముందట విశాలమైన ప్రదేశంలో భక్తులు ఎక్కువ మందే ఉన్నారు. దర్శనానికి లైను ఒక కిలో మీటర్ వరకు ఉన్నట్టు ఉంది. గుడి ముందట కొందరు నాగ సాధువులు ఉన్నారు రెండు మూడు ప్రదేశాల్లో. నేను ఒక నాగ సాధువు ముందట కూర్చొని ఒక పది రూపాయలు ఇస్తే నాకు అతడు నుదిటిపై విభూది పెట్టాడు. ఆ చల్లని సాయంత్రం వేళ ఎందుకో గాని కళ్ళల్లోకి నీళ్ళు వచ్చాయి. నిజంగా ఇన్ని రోజుల మా ప్రయాణంలో ఎక్కడా ఇబ్బంది కాలేదు. కొద్దిగా మోకాళ్ళ నొప్పులను భరించవలసి వచ్చింది. ఎక్కడి నుండి ఎక్కడికి వచ్చాను నేను అని అనిపించింది. హిమాలయాలు ఇంత దగ్గరగా చూస్తున్నాను అనిపించింది. నిన్న మధ్యాహ్నం గుప్త కాశి నుండి బయలు దేరితే ఇవ్వాల్టి మధ్యహ్నం కేదార్నాథ్ చేరుకున్నాము. దాదాపు పన్నెండు వేల అడుగుల ఎత్తున ఉన్న ఈ కేదార్నాథ్ ఆలయంను చేరుకోవడానికి ఎందరో ఎన్నో రకముల ఇబ్బందులు పడుతూ వస్తున్నారు. నా కండ్ల ముందే ఏడ్చిన వాళ్ళు ఉన్నారు, తప్పిపోయిన వాళ్ళు ఉన్నారు, మళ్ళీ వెతుక్కుంటూ వచ్చిన వాళ్ళు ఉన్నారు. అందరికీ కేరాఫ్ అడ్రస్ గుడి. ఎక్కడ తప్పిపోయినా.గుడి దగ్గర కలుసుకున్న వాళ్ళు ఉన్నారు. ఆ సాయంత్రం పూట మా గ్రూప్ మిత్రులు కొందరు దేవుడి దర్శనమునకు వెళ్లారు, కొందరు గదుల్లో పడుకొని సేదదీరుతున్నారు. నేను మాత్రం గుడిని, గుడి పరిసరాలను చూడాలి అని వచ్చాను. పొద్దు దగ్గర పడుతుంది. ఇంటికి ఫోన్ చేశాను మా శారదకు, అమెరికాలో ఉన్న మా పెద్ద అబ్బాయికి వీడియో ఫోన్ చేశాను, మా మనుమలతో మాట్లాడి వాళ్లకు హిమాలయాలు చూపించాను. ఆత్మీయ మిత్రులతో మాట్లాడాను, వాళ్లకు హిమాలయాలు చూపించాను. మిత్రులకు వీడియోలు పంపించాను. ఆ సుందర

హిమాలయ పరిసరాలకు ముగ్ధుడినయి ఫోటోలు తీసుకున్నాను. కొద్ది సేపటి తర్వాత గుడి వెనుకకు వెళ్ళాను. అక్కడ పెద్ద భీమశిల పూజలు అందుకుంటుంది.

2013 సంవత్సరపు కేదార్ నాథ్ వరదలు: కేదార్నాథ్ క్షేత్రానికి ఎగువన రెండు కి. మీ పైన చోరాబరి గ్లేసియర్ నుండి మందాకిని నది పుట్టి కేదార్ నాథ్ గుడి పక్క గుండా ప్రవహిస్తుంది. 2013 వ సంవత్సరంలో కేదార్నాథ్ లో భయంకరమైన వరదలు వచ్చాయి. అక్కడ సాధారణంగా వర్షపాతం ఎక్కువ. కేదార్నాథ్ చుట్టూ మంచుతో కప్పబడిన హిమ శిఖరాలే! కేదార్ నాథ్ లో 16 జూన్ 2013 న భారీ వర్షపాతం నమోదైంది. జూన్ 16, రాత్రి 8 గంటల సమయంలో అకస్మాత్తుగా ఆలయం వెనుకున్న కొండపై నుంచి బలమైన నీటి ప్రవాహం వచ్చింది. ఆలయం చుట్టూ వరదనీరు చేరింది. జలప్రళయానికి చుట్టూ అంతా నేలమట్టమైపోయింది. వాస్తవానికి ఆలయానికి కూడా ముప్పు వాటిల్లే సమయం వచ్చింది. అంతలోనే ఓ అద్భుతం జరిగింది అంటారు, పైన కొండపై నుంచి ఓ పెద్ద శిల జోరుగా దొర్లుకుంటూ వచ్చి ఆలయానికి.వెనుక 50 అడుగుల దూరంలో ఎవరో ఆపినట్టు ఆగిపోయిందని అది ప్రత్యక్షంగా చూసిన సాధువులు చెప్పారు అంటారు. అప్పుడు గుడి వరకు వచ్చిన వరద నీరు రెండు పాయలుగా చీలి ఆలయానికి ఇరువైపుల నుంచీ వెళ్ళిపోయి ఆలయానికి నష్టం కలుగకుండా చేసింది అంటారు. ఆ సమయంలో ఆలయంలో దాదాపు 500 మంది భక్తులు.ఉన్నారు. అంత పెద్ద విలయం నుంచి వందల మంది ప్రాణాలు కాపాడిన ఆ శిలను భీమశిల అని పిలుస్తున్నారు. దానికి నాటి నుండి నేటి వరకు భగవంతుడి లీలగా భావించి పూజలు చేస్తున్నారు. వాస్తవానికి 2013 కేదార్నాథ్ వరదల వలన చార్ ధామ్ యాత్రలో ఉన్న లక్షల మంది ఇబ్బందికి గురి అయ్యారు, చాలా మంది మృత్యు వాత పడ్డారు. ఆ సమాచారం అంతా

నెమరు వేసుకుంటూ నేను గుడి వెనుక ఉన్న భీమశిల దగ్గరకు వెళ్ళాను. మనిషి ఎత్తుతో రెండింతల ఎత్తు ఉండచ్చు ఆ శిల, మనిషి పొడువుతో మూడింతల పొడవు ఉండచ్చు ఆ శిల. దానిని చూసి, అక్కడ ఫోటోలు దిగి కొద్ది సేపు కూర్చున్నాను అక్కడ.

ఆది శంకరుల సమాధి: కేదార్ నాథ్ గుడి వెనుకనే ఆదిశంకరుల సమాధి ఉంది అన్నారు. అడిగితే చెప్పారు కొద్దిగా వెనక్కి నడిచివెళ్ళాలి అని. సమయం ఆరున్నర అవుతుంది. తొలుత పాండవులచే నిర్మించబడిన ఈ కేదార్ నాథ్ దేవాలయం 8 వ శతాబ్దంలో ఆది శంకరాచార్యచే పునరుద్ధరించబడింది అంటారు. దానికి గుర్తుగా గుడి వెనుక భాగాన ఆది శంకరాచార్య సమాధి ఉండేది అంటారు. ఆ సమాధి 2013 కేదార్నాథ్ వరదల్లో కొట్టుక పోయి దెబ్బతింటే మరల భారత ప్రధాని నరేంద్ర మోడీ 5 నవంబర్ 2021 నాడు ఆది శంకరుల విగ్రహాన్ని ఆవిష్కరణ చేశారు. ఇప్పటికీ 13 ఏండ్లు అవుతుంది, దానిని చూస్తే పనులు నెమ్మదిగా నడుస్తున్నాయి అనిపిస్తుంది. ఆది శంకరుల సమాధి చుట్టూ విశాలమైన స్థలం ఉంది. దానిని అభివృద్ధి చేస్తే యాత్రికులకు చాలా

ఉల్లాసకరమైన ప్రదేశంగా ఉంటుంది ఆ సుందర హిమాలయ ప్రాంతంలో అని అనిపించింది. అక్కడ ఫోటోలు దిగి వెనుదిరిగాను.

ఆది శంకరాచార్య గుడి నుండి కేదార్ నాథ్ గుడి దిక్కు నడిచివస్తుంటే మార్గంలో అటు ఇటు కొందరు సాధువులు దోమ తెర లాంటి ప్లాస్టిక్.కవర్ తో చిన్న చిన్న గుడారాలు వేసుకొని ఉన్నారు. మంచు కొండల్లో వారి జీవనం విలక్షణంగా ఉంది. సమయం సాయంత్రం ఏడుకు దగ్గరగా వచ్చింది. కేదార్నాథ్ గుడి లైట్ల వెలుగులో వెలిగిపోతుంది. అక్కడ ఇంకా చూడవలసిన ప్రదేశాలు చాలా ఉన్నాయి. ముఖ్యంగా భైరవనాథ స్వామి దేవాలయం గుడికి దక్షిణం దిక్కున అర కిలో మీటరు దూరంలో ఉంది అన్నారు. అక్కడ తెలంగాణ రాష్ట్ర సిద్దిపేట జిల్లా వారు భోజనం యాత్రికులకు ఉచితంగానే ఏర్పాటు చేస్తున్నారు అని కూడా తెలిసింది. కానీ కొత్త ప్రదేశం, నాతో ఎవరు లేరు, లైట్లు పడ్డాయి. కాబట్టి వెళ్ళలేక పోయాను. గుడికి దగ్గరలో రుద్ర మెడిటేషన్ గుహలు కూడా ఉన్నాయి అన్నారు. గుడికి రెండు కిలో మీటర్ల ఎగువన మందాకిని పుట్టిన ప్రదేశం చోరాబరి తాల్ ఉంది అన్నారు. గాంధీ మరణించిన తర్వాత గాంధీ గారి అస్తికల బూడిదను చోరాబరి తాల్ లో 1948 వ సంవత్సరంలో కలిపినందున అప్పటి నుండి దానిని గాంధీ సరోవరం అని కూడా పిలుస్తున్నారు. ఇంకా కేదార్నాథ్ కు ఎగువన యెనిమిది కిలోమీటర్ల దూరాన వాసుకి తాల్ అనే నిర్మలమైన నీటి కొలను ప్రదేశము ఉంది.అన్నారు. శ్రీ మహావిష్ణువు పూర్వం అక్కడ నిర్మలమైన నీటి కొలనులో స్నానం చేశాడు అని ప్రతీతి. ఆ ప్రదేశంలోనే బ్రహ్మ కమలం పువ్వు పూస్తుంది అంటారు. హిందూ పురాణాల ప్రకారం, బ్రహ్మకమలం ఒక ఖగోళ పుష్పం, ఇది సంవత్సరంలో ఒక రాత్రి మాత్రమే పూస్తుంది. హిందూ గ్రంథాల ప్రకారం బ్రహ్మ, విష్ణువు యొక్క నాభి నుంచి ఉద్భవించిన కమలం నుండి జన్మించాడు. అందుకే ఈ కమలాన్ని బ్రహ్మ కమలం అని

పిలుస్తారు. హిమాలయ పర్వత శ్రేణుల్లో ఉత్తరాఖండ్ రాష్ట్రంలో బ్రహ్మ కమలం పువ్వులు వివిధ పుణ్య క్షేత్రాలలో కూడా పూస్తాయి అంటారు..

నేను ఆ రాత్రి ఏడున్నర లోపు మా టెంట్ రూంకు వచ్చాను. వచ్చేటప్పుడు రెండు చపాతీలు తిని వచ్చాను..వాతావరణం బాగా చలిగా ఉంది. కింద ఉలన్ పరుపులు.వేసుకొని దుప్పట్లు కప్పుకొని పడుకున్నారు మిత్రులు.ఉదయం పూట దర్శనం కొరకు రాత్రి రెండు గంటలకు.వెళ్లి లైను కడుదాము అన్నారు మిత్రులు. అలానే అనుకొని రాత్రి రెండు గంటలకు అలారం పెట్టుకొని పడుకున్నాను. రాత్రి గజగజ వణికించే చలి పెడుతుంది. ఉలన్ దుప్పటి కప్పుకొని పడుకుంటే గాలి ఆడడం లేదు. ఊపిరి కష్టం అవుతుంది. చేతికి కట్టుకున్న కర్పూరం బిళ్ళలు వాసన చూస్తూ కొద్దిగా దుప్పటి ముక్కుకు దూరంగా ఉంచుకొని పడుకున్న. నిద్ర సుఖం ఎరుగదు అన్నట్లు ఒక నాలుగు గంటలు మాత్రము నిద్ర పోగలిగాను ఆ రాత్రి.

నా చార్ ధామ్ యాత్ర

కేదార్ నాథ్ దర్శనం మరియు కేదార్నాథ్ నుండి తిరుగు ప్రయాణం

పదకొండవ రోజు 19-5-24.

రాత్రి రెండు గంటలకు సెల్ అలారం మోత మ్రోగింది. అందరం నిద్ర లేచాం. కొద్దిగా కాళ్ళు చేతులు ముఖం కడుక్కొని శాలువా కప్పుకొని కేదార్నాథ్ గుడి దగ్గరికి వెళ్ళాను అందరితో కలిసి. మా టెంట్ గదిలో ఉన్న వాళ్ళు మొత్తం ఎనిమిది మందిమి గుడి దగ్గరికి వెళ్ళాము. అటు ఇటు చూస్తే ఉదయం మూడు గంటలు అవుతుంది. ఆ ఉదయం పూట గమనిస్తే తెలిసింది నిన్నటి సాయంత్రం ఉన్నంత చలి లేదు అక్కడ అని. అప్పటికే కొందరు లైన్ కట్టారు. మేము కూడా లైను కట్టాము గుడికి ఒక వంద ఫీట్స్ దూరంలో ధర్మ దర్శనం లైన్ లో. ఉదయం అయిదు గంటలకు అభిషేకం టికెట్ కొనుక్కున్న వాళ్ళు కొందరు,.ప్రత్యేక దర్శనం కొరకు టికెట్ తీసుకున్నవాళ్ళు కొందరు మా లైనుకు ఎదురు దిక్కుగా ఓపెన్ ప్రదేశంలో.లైను కట్టారు. ఒక గంట తర్వాత మా గ్రూప్ లోని సిద్దిపేట మిత్రుడు హరి మా దగ్గరికి వచ్చాడు. అభిషేకం టికెట్ మనిషికి 1100 రూపాయల చొప్పున, ఐదుగురికి ఒక గ్రూప్ చొప్పున 5500 రూ.కు టికెట్స్ లభిస్తున్నాయి వస్తారా మీరు అని అడిగాడు. డబ్బులు అతనికి ఇస్తే మాలో ఐదుగురికి అభిషేకం టికెట్ ఇప్పించాడు. మేము లైన్ లో అలానే ఉన్నా కూడా మాకు ఉదయం ఆరు గంటల లోపు ధర్మ దర్శనం అయ్యేది. కానీ అభిషేకం టికెట్ లభించింది కాబట్టి ధర్మ దర్శనం లైను లోంచి బయటికి వచ్చాము. అభిషేకం కొరకు ఒక ప్రత్యేకమైన పూజ కిట్ ఉంది అక్కడ. నేను మాత్రం ఆవు నెయ్యి బాటిల్ తీసుకున్నాను, అది శ్రేష్ఠం

అని. ఒక అరగంట లైనులో నిల్చుంటే గుడి నుండి బయటికి వచ్చే దారి గుండా మమ్ములను లోనికి పంపించారు. లోనికి వెళ్లితే అక్కడ త్రిభుజాకార బండ రూపంలో శివ లింగం ఉంది. అది గోవు యొక్క మూపుర భాగం లింగ రూపం ధరించింది అంటారు. నెయ్యితో ఆ శివ లింగానికి అభిషేకం చేయించి దర్శనం చేసుకొన్నాము. ఇక అక్కడి పూజారుల గురించి తెలుసుకున్న విషయం ఏమిటి అంటే ఉత్తరాదిన హిమాలయాల్లో ఉన్న కేదార్ నాథ్ లో పూజారులు మాత్రం దక్షణాది వారే ఉంటారు అన్నారు. ఆలయం యొక్క పూజ మరియు ఆచారాలు సాంప్రదాయకంగా కర్ణాటకకు చెందిన రావల్ అని పిలువబడే ప్రధాన పూజారి సహాయకులచే నిర్వహించబడతాయి అంటారు. ప్రధాన పూజారి మరియు అతని సహాయకులు కర్ణాటకలోని వీరశైవ జంగం సమాజానికి చెందిన శృంగేరి మఠానికి చెందినవారు అయి ఉంటారు అని తెలుస్తుంది. వారి పేరు చివరన లింగా లేదా లింగ్ అని ఉంటుంది అని తెలుస్తుంది. ప్రస్తుతం ఉన్న ప్రధాన పూజారి పేరు, శివ్ లింగ్ అతనితో పాటు ఇంకా నలుగురు పూజారులు అంటారు అని తెలుస్తుంది. ఇది అనాదిగా శంకరాచార్యుల కాలము నుండి కూడా అలానే కొనసాగుతుంది అంటారు. ప్రస్తుతం ఉన్న ప్రధాన పూజారి కర్ణాటకకు చెందిన తెలుగు వారు, వారు స్పష్టంగా తెలుగు మాట్లాడుతున్నారు కూడా. ఆరునెలలు పూజలు అందుకున్న శివుడు దీపావళి తర్వాత ఊకి మఠమునకు తీసుకపోబడి అక్కడ ఆరు నెలలు పూజలు అందుకుంటాడు. మేము దర్శనం, అభిషేకం చేసుకొని బయటికి వచ్చాము. తెల తెల వారుతుంది. కేదారేశ్వర సుప్రభాతం వినిపిస్తోంది. మా గ్రూప్ లోని దాదాపుగా అందరూ దర్శనం చేసుకొని వచ్చారు. వచ్చిన పని అయిపోయింది.. ఇక అక్కడ ఉండుమన్నా ఉండరు ఎవరు. ఉంటే కూడా కష్టమే, వచ్చే భక్తులు వస్తున్నారు, పొయ్యే భక్తులు పోతున్నారు. మేము కూడా ఆలయ పరిసరాల్లో కొద్ది సేపు గడిపి మళ్ళీ మా టెంట్ గదికి చేరుకున్నాము.

తర్వాత కాలకృత్యాలు తీర్చుకున్నాము. బ్యాగులను సర్దుకున్నాం. నాతో పాటు ఉన్న సికింద్రాబాద్ కృష్ణ నాకు టిఫిన్ చేయిస్తానన్నాడు తనకు నేను బాగా నచ్చి, తనకు తోడుగా ఉన్నందుకు. సరేనన్నాను, దగ్గర ఉన్న హోటల్ కు వెళ్ళాము. అక్కడ ఆలు పరోటా ఆర్డర్ ఇచ్చాము. ఎనభై రూపాయలకు ఒకటి. రుచికరంగానే ఉంది ఆలుపరోటా, ఆలు పరోటా తిని కాఫీ తాగాము. మా రూం లోని జనార్ధన్ రెడ్డి వాళ్ల వియ్యంకుడు బయలుదేరారు తిరుగు ప్రయాణానికి. మా టెంట్ రూంలో నలుగురం మగవాళ్ళం, నలుగురు సోదరీ మణులు ఉన్నారు. మాతో పాటు రాత్రి పూట మా టూరిస్ట్ ప్రొప్రైటర్ నాని కూడా మా దగ్గరే పడుకున్నాడు. పన్నెండు మందికి వసతి ఉండే ఆ టెంట్ గదికి మనిషికి ఏడు వందల చొప్పున 8400 రూ. లను నేనే అందరి తరపున టెంట్ ఓనర్ కు ఫోన్ పే ద్వారా చెల్లించాను మొదటి రోజే. తెల్లవారి బయలుదేరే టప్పుడు ఎనిమిది మంది మనిషికి 1050 రూపాయల చొప్పున నాకు చెల్లించారు. వాస్తవానికి చార్ ధామ్ యాత్రకు 20000 వేల రూపాయల ఖర్చు అవుతుంది వ్యక్తిగతంగా టూరిస్ట్ ప్యాకేజీ మినహాయించి. నేను ఎందుకైనా జాగ్రత్త అని పదిహేను వేలే తెచ్చుకున్నాను క్యాష్. కేదార్ నాథ్ దర్శనం వరకు ఆ క్యాష్ దగ్గర పడింది. దగ్గర ఏటిఎం కార్డు ఉంది, ఫోన్ పే సౌకర్యం ఉంది అనే భరోసా తో వచ్చాను. కేదార్ నాథ్ లో ఎస్బిఐ బ్యాంక్ యొక్క ఒక శాఖ కనిపించింది, అయినా ఏటిఎం మిషన్ ఉందో లేదో తెలియ లేదు. నేను టెంట్ గదికి కట్టిన పైసలు నాకు తిరిగి మిత్రుల నుండి క్యాష్ రూపంలో వచ్చినవి కాబట్టి ఇక నాకు తిరుగు ప్రయాణం వరకు డబ్బులు సరిపోతాయి అనిపించింది..కేదార్ నాథ్ క్షేత్రంలో ఎయిర్ టెల్ వారి మరియు జియో సెల్ఫోన్ సిగ్నల్స్ బాగానే పని చేశాయి. పన్నెండు వేల అడుగుల ఎత్తు నుండి కూడా దాదాపు 2000 కి.మీ దూరంలో ఉన్న ఇంటికి వాట్సాప్ వీడియో ఫోన్ సులభంగానే వెళ్ళింది. మా ఇంటిలోని, డైరీ లోని సీసీ కెమెరాలు బాగానే

కనిపించాయి. అందరూ ఒకరి వెనుక ఒకరు ఇంటి దారి పట్టారు. కొందరు కిలో మీటర్ దూరంలో ఉన్న హెలిప్యాడ్ కు వెళ్ళే అవకాశము ఉంటే హెలికాప్టర్ పైన వస్తాము అన్నారు. కానీ వాళ్లకు హెలికాప్టర్ కు టికెట్ దొరికే అవకాశం లేదు అని ఫోన్ చేసి చెప్పారు మాకు.

మాలో ఒకరు దర్శనం చేసుకొని షాపింగ్ అని చేస్తూ మా టెంట్ గదికి ఇంకా రానే లేదు. ఆమెకు తొవ్వ దొరకడం లేదు రావడానికి అని ఏడుస్తూ ఫోన్ చేసి చెప్పింది. గుడి దగ్గర ఉన్నాను అంది, వచ్చి తీసుక పొండి అని చెప్పింది. అంత దూరంలో మనిషికి మనిషే ఆధారం. తప్పదు కలిసి వచ్చాము, కలిసి వెళ్ళాలి కదా అని ఆమె కోసం అర గంట ఆగినాము. మాలో ఒక సోదరీమణి వెళ్లి ఆమెను తీసుక వచ్చింది. అందరూ టిఫిన్ చేసిన తర్వాత మేము అక్కడి నుండి కదిలినాము ముందుకు గుర్రాల షెడ్ దగ్గరకు. అది కూడా ఒక అరగంట నడవాలి గుడి నుండి.

తప్పదు కాళ్ళు పీకుతున్నాయి. నేను కేదార్ నాథ్ నుండి వెను దిరుగుతున్నపుడు దర్శనానికి లైను దాదాపు రెండు కిలోమీటర్లు దాటి ఉంది. నిన్నటి రోజు కన్నా ఈ రోజు భక్తుల రద్దీ ఎక్కువగా ఉంది అనిపించింది. దారిపొడుగునా హోటల్స్, వసతి కోసం టెంట్స్, మంచినీళ్ళు, తిను బండారాల దుకాణాలు ఉన్నాయి. నేను రాత్రి పూటనే అక్కడి కొన్ని కేదార్ నాథ్ బొమ్మలు కొంత బోలు ప్యాలాల ప్రసాదం తీసుకున్నాను. మేము మెల్ల మెల్లగా గుర్రాల స్టాండ్ దగ్గరికి నడిచి వచ్చాము.

ఒక్కసారి వెనుదిరిగి చూస్తే వెండి కొండ హిమాలయాలు కనిపిస్తున్నాయి దండిగా. త్రోవలోనే పోనీల అతను వచ్చి మమ్ములను అనుసరిస్తూ గుర్రాల శాల వద్దకు తీసుక పోయి పోనీల టికెట్ తీసుకొమ్మన్నాడు గౌరీ కుండ్ వరకు. మా టెంట్ గది 8 మందిలో ఇద్దరు మా కన్న ముందుగా వెళ్లి పోయారు. ఇద్దరు సోదరీమణులు డోలి మీద వస్తామన్నారు. ఇక మిగిలిన నలుగురం మనిషికి 2600 రూ. చెల్లించి డోలి టికెట్

తీసుకున్నాము. వచ్చేటప్పుడు 3300 అయ్యింది. పైకి ఎక్కడానికి కొద్దిగా ఎక్కువ, దిగేటప్పుడు కొద్దిగా తక్కువ ఉంది డోలి టికెట్. అప్పుడు సమయం పది కావస్తుంది. మా పోనీలు కదిలినాయి వాటి సహాయకులతో కలిసి మమ్ములను ఎక్కించుకొని. గౌరీ కుండ్ కు వెళ్ళే వరకు మధ్యాహ్నం రెండు అవుతుంది అన్నాడు మా పోనీ సహాయకుడు. కేదార్ నాథ్ దగ్గర వాటర్ బాటిల్ ఎనభై రూపాయలు అన్నాడు, తీసుకున్నాను ఒకటి..పైన ఎండ తీవ్రత కూడా ఎక్కువగానే ఉంది. చుట్టూ పరిసరాలను చూస్తూ ముందుకు కదిలాం. ఒక గంట తర్వాత కొద్ది సేపు గుర్రాలను ఆపారు వాటికి రెస్ట్ కోసం. మేము గుర్రాల మీదనే ఉన్నాము..

మాటల్లో పెట్టి అడిగాను పోనీతో వచ్చిన సహాయకున్ని, ఎంత ఇస్తారు మీకు అని. మూడు వందలు ఇస్తారు అన్నారు ఒక సైడు రావడానికి. దాదాపుగా 16 కి.మీ. నడవాలి మమ్ములను గుర్రం ఎక్కించుకొని మాకు సహాయకుడిగా ఉన్నవాడు మాతో పాటు. కూటి కోసం కోటి విద్యలు. తవ్వెడు ఇస్తే తంగెళ్ళు పీకాలె. బతుకు దెరువు కోసం ఇలా కేదార్నాథ్ కొండలపైకి నడిచే వాళ్ళు వేలాది మంది ఉంటారు. అలాంటి

పోనీలు కేదార్నాథ్ లో ముప్పై వేల వరకు ఉన్నాయి అనగా విన్నాను. అంటే ముప్పై వేలమంది పోనీ సహాయకులు ఉంటారు అక్కడ. వారు ఐడి కార్డు కలిగి ఉంటారు. వారికి ఒక ఆరు నెలలు ఉపాధి మార్గం ఇది. గుర్రంకు సహాయకుడిగా వచ్చాడు కాబట్టి యాత్రలో గుర్రం ఎక్కిన వాళ్ళు వాళ్లకు టీ త్రాగిపిస్తారు, అదనంగా ఒక వంద, రెండు వందల రూపాయలు ఇస్తారు ప్రయాణం సాఫీగా సాగింది అనే తృప్తితో. ఆ వంద, రెండు వందల రూపాయలు వారికి అదనపు ఆదాయం.

ఒక పది నిమిషాల తర్వాత మా పోనీలు కదిలాయి. మధ్య మధ్యలో వాటికి నీరు త్రాగిపించారు పోనీల సహాయకులు. ఇంకో గంట ప్రయాణం తర్వాత మా పోనీ లను ఒక హోటల్ దగ్గర ఆపారు వాళ్ళు. మమ్మలను పోనీల పై నుంచి దించారు. ఇక్కడ టిఫిన్, టీ దొరుకుతుంది అన్నారు. మధ్యాహ్నం పన్నెండు గంటలు కావస్తోంది. పొద్దున తిన్న టిఫిన్ అరిగిపోయింది. నాలుగు చపాతీ ఒక పప్పు కర్రీ ఆర్డర్ ఇచ్చాం రోడ్డు ప్రక్కన ఉన్న హోటల్ లో. వంద రూపాయలు అన్నారు ఆ టిఫిన్ కు. ఒక పది పదిహేను ఫీట్ల వరకు త్రోవ, పక్కనే హోటల్, ఆ పక్కన చూస్తే లోయనే కింద, ఇంకో దిక్కు ఎత్తైన కొండలు. ఇది కేదార్ నాథ్ మార్గం. కొందరు శక్తి ఉన్న వాళ్ళు నడిచి వెళ్తున్నారు. శక్తి చాలని వాళ్ళు డోలీలపై, పోనీలపై వెళ్తున్నారు. డోలీకి రేట్ పదిహేను వేల వరకు ఉంది. డోలీల సంఖ్య తక్కువగా ఉంటుంది, కాబట్టి వాటికి డిమాండ్ ఎక్కువగా ఉంటుంది. డోలీ దొరకని వారు తప్పని సరిగా పోనీ ఎక్కవలసి వస్తుంది. చాలా మంది ముఖ్యంగా పోనీ ఎక్కడానికి భయపడతారు కానీ భయపడ వలసిన పని ఏమీ లేదు. పోనీలు జాగ్రత్తగానే తీసుకువస్తాయి మనుషులను. వాటికి శక్తి చాలనప్పుడు ఆ రాతి మెట్ల మార్గంలో అక్కడే కూలబడుతాయి కానీ పెద్దగా ప్రమాదాలు ఏమి కనిపించలేదు. పోనీపై గంట రెండు గంటల ప్రయాణం ఫరవా లేదు గాని, నాలుగు ఐదు గంటల ప్రయాణం కొద్దిగా బోర్ కొడుతుంది. ఒకే విధంగా

కూర్చుండి.కూర్చుండి కొద్దిగా నడుము నొప్పిలా అనిపిస్తుంది. కానీ మనవాళ్ళు అనుకున్నంత ప్రమాదం ఏమీ కాదు. బలమైన, దృఢమైన, తెలివైన ఆ పోనీ మనుష్యులను సక్రమంగానే తీసుకెళ్తుంది హిమాలయ కొండల పైకి. పోనీ పై వెళ్ళడం వలన నాకు భయం వేస్తుంది అని చెప్పిన వాళ్ళు కూడా నాలుగు అయిదు కిలో మీటర్లు నడిచి ఇక నడువ లేము అని భావించి మార్గ మధ్యంలో పోనీలు ఎక్కి పైకి వెళ్ళిన వాళ్ళు ఉన్నారు, కిందికి దిగిన వాళ్ళు ఉన్నారు. రెండు మూడు వేల డబ్బులు ముఖ్యం కాదు కానీ మన శక్తి సామర్థ్యాలు ఆరోగ్య విషయాలు ముఖ్యం. ముఖ్యంగా ఆస్తమా ఉన్నవాళ్లు జాగ్రత్తగా ఉండవలసి వస్తుంది. పైకి ఎక్కుతున్నప్పుడు, దిగుతున్నప్పుడు వారికి దమ్ము, మొస వస్తుంది, ఊపిరికి ఇబ్బంది అవుతుంది. వారికి నడవడం ఇబ్బంది అవుతుంది. అలాంటి వారు తప్పని సరిగా డోలీ పై గాని, పోనీ పై గాని వెళ్ళడం బెటర్. ఇంకా కొందరు గంపలో (పిట్టు)కూర్చుండ బెట్టుకుని వీపుపై మోసుకుంటూ తీసుక వెళ్తారు. పిల్లలకు, యాభై కిలోల బరువుకన్న తక్కువ బరువు ఉన్న వాళ్ళకు అది సరిపోతుంది. ఆ గంప రేటు డోలీ కన్న తక్కువ ఉంటుంది ఎనిమిది వేల రూపాయల వరకు. డోలి లేదా పల్లకి అయితే నలుగురు మోస్తారు కొంత సులభం మోసేవాళ్ళకు పదిహేను వేలు ఛార్జ్ చేస్తారు. గంప లేదా పిట్టు అయితే ఎనిమిది వేలు అని మాట్లాడుకొని వెళ్ళేవాళ్ళు కూడా ఉన్నారు తక్కువ ధర అని. కానీ మనుషులను మోయలేని సందర్భం వస్తే ఆ మోసే వాళ్ళు మధ్య లోనే మనల్ని విడిచి పెట్టి పోయిన సందర్భాలు కూడా కనిపించాయి. అసలే యాత్ర చేస్తున్నాము. పిసినారి తనము పనికి రాదు. తక్కువ ఎక్కువ అని రేట్లు ఏమీ లేదు. మనిషిని మనిషి మోస్తున్నాడు పదహారు కిలోమీటర్లు అంటేనే అర్థం చేసుకోవాలి. మన డబ్బులను ఎదుటి వారికి షేర్ చేస్తున్నాము వారి బతుకు దెరువుకు అని అర్థం.చేసుకోవాలి. యాత్రలో శక్తికి మించిన పనిని ఎప్పుడు చెయ్యద్దు. పిసినారి తనముతో మానవ శ్రమకు తక్కువ విలువ కట్టద్దు.

అందుకే ముసలి తనములో కాక యువ ప్రాయంలోనే చార్ ధామ్ యాత్రల్లాంటివి చేయడం బెటర్.... దాదాపు మధ్యహ్నం రెండు గంటల వరకు మా పోనీలు గౌరీ కుండ్ కు దరిదాపులకు వచ్చినాయి. గౌరీ కుండ్ కు అర కిలో మీటర్ దూరంలోనే అక్కడ పోలీసు ఉన్నాడు అని ఇంకా ముందుకు వెళ్ళనీయక మా పోనీలను అక్కడే ఆపారు మా పోనీ సహాయకులు. నేను, కృష్ణ, మాతో పాటు ఇద్దరు సోదరీమణులు కూడా గుర్రాలు దిగాము. మా పోనీ సహాయకుడికి ఒక వంద రూపాయలు ఇస్తే చాలా సంతోషించాడు. అక్కడ కొద్దిసేపు ఆగి హోటల్ లో టీ త్రాగి వీపున బ్యాగ్ వేసుకొని మెల్ల మెల్లగా ముందుకు కదిలాం. అన్ని మెట్లు దిగడమే. ఎక్కడం కష్టం అంటే దిగడం కూడా కష్టమే అనిపించింది. కొద్ది దూరం వెళ్ళిన తరువాత గౌరీ కుండ్ స్నాన వాటికలు కనిపించాయి. అక్కడ గద్దెలపై కొద్ది సేపు కూర్చున్నాము. అక్కడ దిగి స్నానాలు చేద్దాం అంటే మరో గంట ఆలస్యం అవుతుంది. మా తోటి గ్రూప్ మిత్రులు అంతా మా కన్న గంట రెండు గంటల ముందే పోయి ఉన్నారు సీతా పూర్ పార్కింగ్ దగ్గరికి. మేము మెల్ల మెల్లగా నడుచుకుంటూ గౌరీ కుండ్ కింద ఉన్న జీప్ పార్కింగ్ ప్రదేశం దగ్గరికి వెళ్లాం. అక్కడి నుండి యాభై రూపాయలు చెల్లించి జీప్ ఎక్కి సోన్ ప్రయాగ చేరుకున్నాము. అక్కడి నుండి నాలుగు కిలో మీటర్లు నడిచి వెళ్లితే మా సీతా పూర్ పార్కింగ్ వస్తుంది. మార్గ మధ్యంలో త్రియుగ్ నారాయణ్ కు త్రోవ కనిపించింది.

త్రియుగ్ నారాయణ్ క్షేత్రము : శివ పార్వతుల వివాహం జరిగింది ఇక్కడే అని పురాణాల ప్రకారం చెపుతారు. ఈ క్షేత్రం సోన్ ప్రయాగకు పడమరగా 5 కి.మీ దూరంలో ఉంటుంది. ఈ ప్రదేశం సత్యయుగంలో నిర్మాణమైందని అంటారు. ఇక్కడి గుడిలో లక్ష్మీ నారాయణుల విగ్రహాలు ఉంటాయి అన్నారు. గర్భాలయానికి ముందుభాగాన ఒక హోమగుండం నిరంతరం మండుతూనే వుంటుంది. మూడు

యుగాల నుండి ఈ హోమం ఆరిపోకుండా నిరంతరం మండుతూనే వుంటుందని అనడానికి సాక్ష్యంగా వున్న నారాయణుడికి త్రియుగ్ నారాయణ అనే పేరు.సార్థకమైందని చెపుతారు. అక్కడి హోమ గుండానికి దగ్గరగా వున్న మూడు అడుగుల చతురస్రాకారంలో వున్న రాతిపలక వుంటుంది. ఈ పలకపైన కూర్చొని పార్వతీ పరమేశ్వరులు వివాహం చేసుకున్నట్టు పురాణాల కథనం. అలాంటి పవిత్ర పార్వతీ పరమేశ్వరుల వివాహం అయిన పుణ్య క్షేత్రం త్రియుగ్ నారాయణ.

అన్ని ప్రదేశాలు వెళ్ళలేము, చూడలేము. వినడం, తెలుసు కోవడమే. చార్ ధామ్ మార్గంలో ఇలాంటి.పుణ్య క్షేత్రాలు ఎన్నో కలవు...ఆ త్రియుగ్ నారాయణ క్షేత్రం త్రోవ పక్కన గల రోడ్ నుండి సోన్ ప్రయాగ దాటి సీతా పూర్ పార్కింగ్ దగ్గరకు నడిచి వెళ్లాం. అది ఇంకో రెండు మూడు కిలో మీటర్ల దూరం.నడువ వలసి వచ్చింది. అప్పటికి చిన్నగా తుంపర వర్షం పడుతుంది. త్రోవ బురదగా ఉంది. మా యాత్ర మొదలైన ఎనిమిది రోజుల్లో పెద్దగా వర్షం ఏమీ పడలేదు, ఇవ్వాళ్టి ఈ తుంపర వర్షమే ఎక్కువ అనిపించింది. అప్పటికి ఆరు కిలో మీటర్లు నడిచి ఉంటాం. మా బస్సు ఆగిన పార్కింగ్ ప్లేస్ ఎంట్రెన్స్ గేట్ దగ్గరికి చేరుకున్నాం మా నాని చెప్పినట్లు. వెళ్లిన తర్వాత ఫోన్ చేశాము నానికి బస్సు పార్కింగ్ ప్లేస్ ఎంట్రెన్స్ గేట్ దగ్గరకు వచ్చినాము అని. కానీ అక్కడికి కాదు మేము వచ్చేది సీతాపూర్ పార్కింగ్ ప్లేస్ ఎక్సిట్ గేట్ దగ్గరికి రమ్మన్నాడు మమ్ములను. అక్కడికి వెళ్లాలంటే ఇంకో రెండు మూడు కిలో మీటర్లు వెళ్ళాలి. ఆ చిన్నగా కురిసే వర్షపు చినుకుల ధారల్లోనే ముందుకు నడిచి వెళ్ళాము. రెయిన్ కోట్ ఉంది కాబట్టి సరిపోయింది. తీరా మేము అక్కడికి నడిచి వెళ్లితే మా బస్సు అక్కడ లేదు. ఇంకో రెండు మూడు కిలో మీటర్ల దూరంలో రాంపూర్ దగ్గర రోడ్ పక్కన ఉంది అన్నారు. ఆ రోడ్ పై అంతా పార్కింగ్ సమస్య. అప్పటికి పొద్దుకుంకింది. రోడ్ పై ట్రాఫిక్ సమస్య ఉన్నట్టు కనిపిస్తుంది. మా బస్సు కోసం

రెండు మూడు గంటలు ఎదురు చూశాము. అయినా బస్సు రావడం లేదు. నిన్న మధ్యాహ్నం మూడు గంటల తర్వాత పార్కింగ్ ప్లేస్ లో పెట్టిన బస్సు 24 గంటలు దాటింది కాబట్టి బస్సును పార్కింగ్ ప్లేస్ నుండి తియ్యమన్నారట, అందుకే మా బస్సు సీతా పూర్ పార్కింగ్ ప్లేస్ నుండి కదిలి రాంపూర్ దిక్కు వెళ్ళిపోయింది. ఆ బస్సు వచ్చి మమ్ములను పికప్ చేసుకుంటుంది అని అక్కడ ఉన్న హోటల్ దగ్గర అందరం ఎదురు చూస్తున్నాం. మా బస్సు జాడ కనిపించ లేదు. బస్సు డ్రైవర్ ఫోన్ కూడా కలువడం లేదు. మా బస్సు జాడను కనుక్కొని బస్సును తీసుక వద్దామని నేను, నాని, జనార్ధన్ రెడ్డి, వారి వియ్యంకుడు బస్సు కోసం నాలుగు కిలో మీటర్లు నడిచి వెళ్ళాము ఎగువకు రాంపూర్ దిక్కు. ఒక గంట వరకు మా బస్సు జాడ కనిపించింది. అప్పటికి రాత్రి తొమ్మిది దాటిపోయింది. హోటల్ దగ్గర ఉన్నవాళ్ళ నందరిని అక్కడే హోటల్లో బోజనాలు, టిఫిన్స్ చెయ్యమని చెప్పాడు నాని ఫోన్ చేసి అక్కడి వాళ్లకు. ట్రాఫిక్ ను దాటుకుంటూ మేము హోటల్ దగ్గరకు వచ్చే వరకు అరగంట పట్టింది. మేము కూడా హోటల్ కు వెళ్లి చపాతీ తిన్నాము. అందరం బస్సు ఎక్కి బయలు దేరే వరకు రాత్రి పది దాటిపోయింది. మా షెడ్యూల్ ప్రకారం మేము రాత్రి పీపల్ కోట్ లో బస చేసి తెల్లవారి బద్రినాథ్ కు వెళ్ళాలి. కానీ మా యాత్రలో మేము ఒక్క రోజు లేట్ ఉన్నాము. ఆ రాత్రి పీపల్ కోట్ లో బస చేస్తే బద్రినాథ్ కు చేరుకోవడం లేట్ అవుతుంది. కాబట్టి ఆ రాత్రి అంతా ప్రయాణం చెయ్యాలి మేము మరుసటి రోజు బద్రినాథ్ చేరుకోవాలి. దర్శనం చేసుకోవాలి, వెను తిరిగి రావాలి. సీతా పూర్ పార్కింగ్ ప్లేస్ దాటి రాంపూర్ దాటి మా బస్సు రాత్రి అంతా ప్రయాణం చేసింది. ఏ ఏ ఊర్లు దాటి వచ్చామో మాకు ఆ రాత్రి తెలియ లేదు నిద్రలో.

నా చార్ ధామ్ యాత్ర

బద్రినాథ్ యాత్ర

పన్నెండోవ రోజు తేది: 20-5-24.

బద్రినాథ్ ప్రయాణం : సోన్ ప్రయాగ దగ్గరి సీతాపూర్ పార్కింగ్ ప్లేస్ నుండి బద్రినాథ్ దూరం దాదాపు 200 కి.మీ. ఉంటుంది. దాదాపు 8 గంటల ప్రయాణం. అంటే బస్సు సాధారణ వేగం ఆ గర్వాల్ ప్రాంతపు రోడ్లలో గంటకు 25 కి.మీ. అసాధారణ పరిస్థితుల్లో ఈ బస్సు ప్రయాణం 16 గంటలు కూడా పట్టవచ్చు. మేము అలా బయలు దేరి రాత్రి అంతా ప్రయాణం చేసి మార్గమధ్యంలో గోపేశ్వర్ కు దగ్గరగా రోడ్ పై ఒక

హోటల్ దగ్గర ఆగాము. అప్పుడు ఉదయం ఎనిమిది గంటలు అవుతుంది. అక్కడ కాల కృత్యాలు తీర్చుకొని ముఖాలు కడుక్కున్నాం. ఒక గంటలో అందరికీ టిఫిన్ తయారు అయ్యింది అక్కడ. ఆ రోజు వడ, చట్నీ చేసినారు. ఆ హోటల్ యజమానితో కొద్దిసేపు అక్కడి పరిస్థితులు, పరిసరాల గురించి మాట్లాడాం. అతడి లీవు పై ఉన్న ఆర్మీ జవాన్ అని చెప్పినాడు. అతను హాండీ క్యాప్ పర్సన్ అని తెలిసింది. డ్యూటీ లో ఉన్నప్పుడు మంచులో సగం శరీరం కొన్ని గంటల పాటు కూరుక పోయింది అన్నాడు. మా సంభాషణ అంతా హిందిలోనే సాగింది. తను కర్ర సహాయంతో నడుస్తున్నాను అని చెప్పిండు. కొంత ప్రాణాయామము, ఎక్సర్సైజ్ లు చేసుకొమ్మని చెప్పాను. వావిలి ఆకును నీళ్ళల్లో మరగబెట్టి ఆ చచ్చుబడి పోయిన కాలుపై ఆ మరుగబెట్టిన.నీళ్ళు పోయిమని నేను సిద్దిపేట మిత్రుడు హరి చెప్పినాం. అతనికి ఇప్పుడు ఆర్మీ లో జనరల్ డ్యూటీ ఇచ్చినారు అని చెప్పిండు. ఇంకో గంట తరువాత మా బస్సు బయలు దేరింది ముందుకు. మాకు మధ్యాహ్నం భోజనం కూడా ఇక్కడే వండుకొని వస్తున్నాము అని చెప్పినాడు మా కుక్. వంట వాళ్లకు ఒక ప్రత్యేకమైన.బొలెరో వాహనం ఉంది కాబట్టి, ఆ వాహనం మమ్ములను అనుసరిస్తూ వస్తుంది. రాత్రంతా మా ప్రయాణం ఒక పది గంటలు సీతాపూర్ పార్కింగ్ నుండి మొదలు అయి గోపేశ్వర్ దగ్గరి దాకా వచ్చినం. నిజానికి సోన్ ప్రయాగ నుండి బద్రినాథ్ వరకు ఉఖిమఠ్, అగస్త్యముని, రుద్ర ప్రయాగ, కర్ణ ప్రయాగ, జోషి మఠ్ లాంటి ప్రముఖ ప్రదేశాలు ఉన్నాయి. ఆ ఉదయం వరకు రాత్రి పూటే జోషి మఠ్ తప్ప అన్నీ ప్రదేశాలు దాటి వచ్చాము గోపేశ్వర్ వరకు. గోపేశ్వర్ నుండి బద్రినాథ్ 95 కి.మీ. దూరం, మూడున్నర గంటల ప్రయాణం. ఈ.మూడున్నర గంటల ప్రయాణం ఆరు గంటలు కూడా కావచ్చు. ఆ రోజు సాయంత్రం వరకు అయినా మేము బద్రినాథ్ చేరుకొని దర్శనం చేసుకొని తెల్లవారి వెను తిరుగాలి. మధ్యాహ్నం వరకు మా బస్సు భోజనం కొరకు రోడ్ పక్కన

ఆపబడింది. రోడ్డు పక్కనే అందరికీ భోజనాలు పెట్టారు. ఒక గంటలోపున మళ్ళీ.మా బస్సు కదిలింది. అప్పటికీ మేము బయలుదేరి మూడు గంటలు దాటింది. మార్గమధ్యంలో లో జోషి మఠ్ వెళ్ళిపోయింది అక్కడ లక్ష్మీ నరసింహ స్వామి దేవాలయం ఉంది అన్నారు. మా బస్ అక్కడ ఆగ లేదు. మేము అడుగ లేదు అతను చెప్పలేదు మా టూర్ ప్రొప్రైటర్ అక్కడ ఆగాలి అనే విషయం. వెళ్ళగా వెళ్ళగా సాయంత్రం 5 గంటల వరకు మేము బద్రినాథ్ క్షేత్రాన్ని చేరుకున్నాము. బస్ దేవస్థానానికి రెండు మూడు కిలో మీటర్ల దూరంలో ఆగింది. చలిప్రదేశం కాబట్టి ఉలన్ వస్త్రాలు, ధరించే కొత్త బట్టలు అన్నీ తీసుకొని మా బ్యాగులను తీసుకొని బద్రినాథ్ దర్శనమునకు బయలుదేరాం అందరం.

బద్రినాథ్ క్షేత్రం : బదరీనాథ్ లేదా బదరీనారాయణ ఆలయం విష్ణువుకు సంబంధించిన హిందూ దేవాలయం. ఈ ఆలయం భారతదేశంలోని ఉత్తరాఖండ్ రాష్ట్రం లోని చమోలి జిల్లాలోని బద్రీనాథ్ నగర పంచాయతీలో అలకనంద నది ఒడ్డున గర్వాల్ హిమాలయ పర్వత సానువుల్లో ఉంది. వైష్ణవుల యొక్క 108 దివ్య క్షేత్రాల్లో ఈ బద్రీనాథ్ ఆలయం చాలా ప్రసిద్ధమైనది.

హిమాలయ పర్వత ప్రాంతంలో తీవ్రమైన చలి మంచు వాతావరణ పరిస్థితుల వలన ఇది ప్రతి సంవత్సరం ఏప్రిల్ నెల చివరి నుండి నవంబర్ నెల ప్రారంభం వరకు ఆరు నెలల పాటు మాత్రమే తెరిచి ఉంచబడుతుంది. ప్రభుత్వ లెక్కల ప్రకారం 2022 సంవత్సరంలో కేవలం 2 నెలల్లో 2.8 మిలియన్ల (28 లక్షలు) మంది సందర్శనలను నమోదు చేసి భారతదేశంలో అత్యధికంగా సందర్శించే తీర్థయాత్ర కేంద్రాలలో ఒకటిగా నిలిచింది అంటారు. 2023 సంవత్సరంలో బద్రి నాథ్ క్షేత్రాన్ని 1834729 మంది యాత్రికులు సందర్శించారు అని తెలుస్తుంది..కేదార్నాథ్ శివ క్షేత్రం అయితే బద్రినాథ్ వైష్ణవ క్షేత్రం. శివుడు లయకారకుడు, కష్టాలను ఓర్చుకొని ఉండమంటాడు.

కేదార్నాథ్ క్షేత్రమును చేరుకోవడం భక్తులకు, యాత్రికులకు చాలా కష్టమైన పని. 18 కి.మీ. లో ట్రెక్కింగ్ సాహస యాత్ర అది. కొందరు భయపడి కేదార్ నాథ్ యాత్రను వద్దనుకొని వెనక్కి వెళ్ళిన వాళ్లు కూడా ఉన్నారు మాతో వచ్చిన వాళ్ళలో. బద్రినాథ్ వైష్ణవ క్షేత్రం. శ్రీ మహా విష్ణువు అలంకార ప్రియుడు. అందుకే బద్రి క్షేత్రం చాలా కళాత్మకంగా కనిపిస్తుంది. బద్రినాథ్ క్షేత్రానికి గుడికి దరిదాపుల్లో రెండు మూడు కిలో మీటర్ల వరకు బస్సు పై ప్రయాణం చేసి వెళ్ళవచ్చు. కాబట్టి కేదార్నాథ్ కంటే బద్రి నాథ్ ప్రయాణం సులువు అనిపిస్తుంది. రెండు క్షేత్రాలు హిమాలయ సానువుల్లోనే ఉన్నాయి. ఆ చలిని తట్టుకోవడం మామూలుగా అయితే కష్టం. ఇది నేను నడి వేసవి మే మాసంలో వెళ్లిన సంగతిని గుర్తుకు చేస్తూ చెపుతున్నాను. ఈ క్షేత్రం సముద్ర మట్టానికి 10,279 అడుగుల ఎత్తున ఉంది. ఈ క్షేత్రం వెనుక మంచు పర్వతాలు ఉన్నాయి. ఎత్తైన హిమాలయాలు ఈ దేశానికి ఉత్తర దిక్కున సహజ రక్షణ గోడలాగా ఉండి ఆ హిమాలయ సానువుల్లో లయకారకుడైన శివుడు, పాలనా దక్షుడైన శ్రీ మహా విష్ణువు కొలువై ఉండి సమస్త భారత జాతిని కాపాడుతున్నారేమో అని అనిపిస్తుంది.

బద్రీనాథ్ క్షేత్రం ఉత్తర భారతదేశంలో ఉన్నప్పటికీ, ఆ దేవాలయపు ప్రధాన పూజారి రావల్ సాంప్రదాయకంగా దక్షిణ భారత దేశపు రాష్ట్రం కేరళ నుండి ఎన్నుకోబడిన నంబూద్రి బ్రాహ్మణులు అయి ఉంటారు. ఈ ఆలయం ఉత్తర ప్రదేశ్ రాష్ట్ర ప్రభుత్వము "శ్రీ బదరీనాథ్ మరియు శ్రీ కేదార్నాథ్ మందిర్ చట్టం" ప్రకారం అక్కడి రాష్ట్ర ప్రభుత్వంచే నామినేట్ చేయబడిన కమిటీ బద్రీనాథ్ మరియు కేదార్నాథ్ రెండు దేవాలయాల కార్యకలాపాలను నిర్వహిస్తుంది. ఈ దేవాలయం పురాతన

మైనది అయినందున.మరియు హిమపాతం వల్ల దెబ్బతిన్న కారణంగా అనేక సార్లు పునర్నిర్మాణాలకు గురైంది. 17వ శతాబ్దంలో ఈ ఆలయాన్ని గర్వాల్ రాజులు విస్తరించి కట్టారు. 1803 లో వచ్చిన గర్వాల్ భూకంపం సమయంలో ఈ

ఆలయానికి చాలా నష్టం జరిగిన తర్వాత అది జైపూర్ మహారాజుచే పునర్నిర్మించబడింది. ప్రస్తుతం ఉన్న బద్రీనాథ్ ఆలయాన్ని 18వ శతాబ్దం ప్రారంభంలో జమ్మూ కాశ్మీర్ మహారాజా గులాబ్ సింగ్ నిర్మించారు అని అంటారు. ఆలయంలో పూజించే బద్రీనారాయణ రూపం నల్ల రాతి విగ్రహం 1 అ. (0.30 మీ.), బద్రి చెట్టు క్రింద బంగారు పందిరిలో సాలగ్రామం (నల్ల రాయి) చే తయారు చేయబడిన విగ్రహం అది. బద్రీనాథ్ ఆలయం ఎత్తు గోపురంతో కలిపి 50 అడుగులు ఉంటుంది. ముఖ ద్వారం శిలలతో కళాత్మకంగా నిర్మించబడింది. ఆలయం పై కప్పు బంగారు రేకులతో తాపడం చేయబడింది.

బద్రీనాథ్ చరిత్ర ఇప్పటిది కాదు, వేద కాలం నాటిది అంటారు. పురాణాల ప్రకారం, నారద మహర్షి ఈ ప్రదేశాన్ని తొలుత సందర్శించాడని మరియు దీని అందానికి ఎంతగానో ముగ్ధుడై శాశ్వతంగా ఇక్కడే ఉండాలని నిర్ణయించుకున్నాడని, ఈ బద్రీనాథ్ క్షేత్రాన్ని.దేవ ఋషి నారదుడే రూపొందించాడని అంటారు. రామాయణ యుద్ధంలో లక్ష్మణుడిని బ్రతికించడానికి.సంజీవని మూలిక కోసం వెతుకుతున్నప్పుడు హనుమంతుడు ఈ ప్రదేశాన్ని సందర్శించాడని కూడా చెబుతారు..పురాతన కాలం నుండి బద్రీనాథ్ ప్రసిద్ధ పుణ్యక్షేత్రం..మౌర్యులు, గుప్తులు, కుషాణులు మరియు శకులతో సహా వివిధ రాజవంశాలు ఈ ప్రాంతాన్ని పాలించారు, దేవాలయాలు మరియు నిర్మాణ రూపాలను నిర్మించారు అంటారు..ప్రస్తుతం ఉన్న ఆలయాన్ని 8వ శతాబ్దంలో ఆదిశంకరాచార్య పునరుద్ధరించారు అంటారు..ప్రతి సంవత్సరం బద్రీనాథ్ క్షేత్రం దర్శనం కోసం భారతదేశం నలుమూలల నుండి పెద్ద సంఖ్యలో యాత్రికులు వచ్చి బద్రినాథుని దర్శనం చేసుకొని తృప్తిగా వెళ్తారు. కఠినమైన హిమాలయ పర్వత వాతావరణంలోని చలి కారణంగా ఏప్రిల్ మాసము వేసవి నుండి ఒక ఆరు నెలలు మాత్రమే ఈ ఆలయం తెరచి ఉంచబడి దీపావళి తర్వాత మిగతా

ఆరు నెలలు బద్రీనాథుడి విగ్రహం సమీపంలోని జోషిమఠ్ లో ఉంచబడి పూజించబడుతుంది.

ఈ క్షేత్రానికి బద్రినాథ్ అనే పేరు ఎలా వచ్చింది అని ఒకింత పరిశీలిస్తే, బదరిక అనే పేరు భారతీయ మూలాలకు సంబంధించింది. బదరికా వనము అంటే రేగు పండ్ల చెట్లు ఉన్న వనము. అలాంటి చెట్లు ఉన్న ఈ ప్రదేశంలో లో.శ్రీ మహా.విష్ణువు చాలా ఏండ్లు తపస్సు చేశాడు అంటారు..తన తపస్సులో ధ్యానంలో, విష్ణువుకు అక్కడి చల్లని వాతావరణం గురించి తెలియక పోవడం వలన శ్రీ మహావిష్ణువు యొక్క భార్య లక్ష్మి, బద్రీ చెట్టు (జుజుబ్ లేదా భారతీయ ఖర్జూరం, రేగు పండు.హిందీలో 'బెర్' అని అంటారు) రూపం ధరించి అతనికి రక్షణగా.నిలుస్తుంది. అప్పుడు తనకు బద్రి చెట్టు రూపలో రక్షణగా నిలిచిన భార్య లక్ష్మి భక్తికి సంతోషించిన విష్ణువు ఆ ప్రదేశానికి బద్రికా ఆశ్రమము బదరికా వనం, బదరీ క్షేత్రం అని పేరు పెట్టాడు అంటారు..బదరీనాథ్ అనేది సంస్కృత పద.సమ్మేళనం బదరీ నాథ అనే పదము నుండి.ఉద్భవించింది, ఇందులో బదరీ అనగా.(జుజుబీ చెట్టు, రేగు పండ్ల జాతి చెట్టు) నాథ అంటే ప్రభువు, అనగా బదరీ వనములోని ప్రభువు శ్రీ మహా విష్ణువు కొలువై ఉన్న ప్రదేశం కాబట్టి దీనిని బద్రి క్షేత్రం, బద్రి నాథ్, బదరికా వనము,.బదరీకాశ్రమము అని కూడా అంటారు. బదరికాశ్రమాన్ని నర-నారాయణుల క్షేత్రం అని కూడా చెపుతారు. మహాభారతంలో శివుడు అర్జునునితో పూర్వజన్మలో బద్రికాశ్రమంలో నువ్వు నరుడుగానూ- కృష్ణుడు నారాయణుడిగానూ చాలా సంవత్సరాలు తపస్సు చేస్తూ జీవించారు అని చెప్పినట్లు వర్ణించ బడింది. ఈ ఆలయం విశిష్టత గురించి విష్ణు పురాణం, స్కంద పురాణం వంటి పురాతన గ్రంథాలలో ప్రస్తావించబడింది. మరియు.5వ-9వ శతాబ్దాలకు చెందిన ఆళ్వారు సాధువుల ప్రారంభ మధ్యయుగ తమిళ గ్రంథం అయిన' నాలయిర దివ్య ప్రబంధం '

లో కీర్తించబడింది. అంటే బద్రినాథ్ క్షేత్రం దాదాపు రెండు వేల సంవత్సరాలుగా గుర్తింపులో ఉంది అని తెలుస్తుంది..ఇది సూక్ష్మంగా బద్రి నాధ్ క్షేత్ర మహిమ.

యాత్ర అంటేనే కాలినడక ఎంత బస్సు ఎక్కి వెళ్ళినా మూడు నాలుగు కిలో మీటర్లు అయినా నడవాలి. పార్కింగ్ నుండి గుడి దగ్గరకు వెళ్లే వరకు అరగంట పట్టింది. అక్కడ అలకనంద నది వడివడిగా ప్రవహిస్తుంది. ఆ నదిని దాటడానికి అక్కడ ఒక ఇనుప బ్రిడ్జి ఉంది. ఆ బ్రిడ్జి దాటినంక నది ఆవలి ఒడ్డున ఎత్తైన భాగంలో బద్రినాథ్ దేవాలయం ఉంది. ఒక్క సారి గుడి పరిసరాలను పరిశీలించి చూశాను.

అప్పుడు సమయం సాయంత్రం ఆరు దాటింది. కొద్దిగా మెట్లు ఎక్కి అక్కడి నుండి ముందుకు వెళ్లాను. అక్కడ అలకనంద నది పక్కనే తప్తకుండ్ అని వేడి నీటి కుండం ఉంది. తప్త కుండ్ కు సమీపంలోనే నారద్ కుండ్ అనే మరో వేడి నీటి కుండం కూడా ఉంది. ఆదిశంకరాచార్యులు ఈ నారద్ కుండ్ నుండి విష్ణుమూర్తి విగ్రహాన్ని

వెలికితీసినట్లు చెపుతారు. బద్రీనాథ్ యాత్రలో భాగంగా భక్తులు బద్రీనాథ్ ఆలయాన్ని సందర్శించే ముందు నారద్ కుండ్‌లో గాని తప్త కుండ్ లో గాని స్నానం చేస్తారు.

అక్కడి నుండి అలక్ నంద నది వెంబడి దృష్టి సారించి చూస్తే బ్రహ్మ కపాలం అని బోర్డు ఉంది. అక్కడ పితృ దేవతలకు పిండ ప్రదానం చేస్తారు అన్నారు. అప్పుడు సాయంత్రం అయ్యింది, పిండ ప్రదానం కార్యక్రమము ఉదయం చేస్తే బాగుంటుంది అనిపించింది. నాతో పాటు కృష్ణ, మిగతా మిత్రులు ఉన్నారు. స్నానం చేయడానికి అక్కడ స్త్రీలకు, పురుషులకు వేరు వేరు వసతులు ఉన్నాయి. అక్కడ ఉన్న టాయిలెట్ కి వెళ్లి మూత్రం చేసి వచ్చి తప్తకుండ్ దగ్గర స్నానము చేశాను. నీళ్ళు వేడిగా ఉన్నాయి, 45-50 డిగ్రీల సెంటి గ్రేడ్ ఉష్ణోగ్రత వరకు నీళ్ళ.వేడి ఉంటుంది అని తెలుస్తుంది. నేను స్నానం చేసి బట్టలు వేసుకునే వరకు కృష్ణ అక్కడి మెట్ల దగ్గర ఉన్నాడు బ్యాగులకు, బట్టలకు కాపలాగా. తర్వాత కృష్ణ స్నానం చేసి వచ్చాడు. తను కూడా బట్టలు మార్చుకున్నాడు. ఇద్దరం మెట్లు ఎక్కాం దర్శనానికి అని. గుడి సమీపంలో మెట్ల దగ్గర దేవుని గుడిలోనికి తీసుకువెళ్ళడానికి పూజా సామగ్రి అమ్ముతున్నారు ఒక అబ్బాయి. ఒక కిట్టు తీసుకున్నాను నూటా యాభై రూపాయలకు. దర్శనానికి లైన్ పెద్దగా ఉంది. పక్క దారి గుండా కిందికి నడిచి వెళ్లి లైన్ కట్టాం నేను కృష్ణ. ఒక గంట తర్వాత లైన్ గుడి ముందటి ప్రధాన ద్వారం దగ్గరకు వెళ్ళింది. రాత్రి సమయం ఏడు దాటిపోయింది. రంగు రంగుల ప్రకాశవంతమైన లైటు వెలుగుల్లో గుడి మెరిసిపోతుంది. గుడిలోపలికి వెళ్ళాను. ఎక్కడైతే హిమాలయాలు ఉన్నాయో అక్కడే వెలసిన క్షేత్రం బద్రినాథ్! నిజంగా ప్రకృతే దేవాలయం. నరనారాయణుల క్షేత్రం ఈ బద్రినాథ్! నా కన్నుల్లో కదిలిన ఆ రూపం ఈ సమస్త ప్రకృతి అంతా నిండి ఉంటుంది అని నేను భావిస్తాను. కొండల్లో, గుట్టల్లో, నదుల్లో, సర్వ ప్రాణులలో నిలయమై ఉన్న ఈ దేవుడు ఈ బద్రినాథ్ క్షేత్రంలో కూడా ఉన్నాడు. ఆ దేవదేవుడిని దర్శించుకొని గుడి

నుండి బయటకి వచ్చి గుడి ప్రాంగణం వెనుక భాగాన కూర్చున్నాను కాసేపు. నాతో వచ్చిన మిత్రులు కొందరు అక్కడ హాలులో ధ్యానం చేసుకున్నారు పది నిమిషాలు. నగర జీవనానికి వేల కిలో మీటర్ల దూరంలో పదకొండు వేల అడుగుల కన్న ఎత్తు ఉన్న ఈ ప్రశాంత మంచుకొండల సముదాయంలో, గల గల ప్రవహిస్తున్న అలక్ నంద నది ఒడ్డున వెలసి ఉన్న ఈ బద్రినాథ్ ఆలయాన్ని సందర్శించడం గొప్ప అనుభూతి. ఒక పావు గంట తర్వాత గుడి ప్రాంగణంలో ఉన్న ఆది శంకరుల ఆలయాన్ని, ఆంజనేయ స్వామి ఆలయాన్ని, బదరినాథ్ క్షేత్ర పాలకుడైన గంటా కర్ణ ప్రభువు ఆలయాన్ని దర్శించుకొని ఆలయ ప్రాంగణంలో కొన్ని ఫోటోలు దిగి ఆలయం ముందుకు వచ్చాము. అప్పుడు సమయం రాత్రి ఎనిమిది దాటిపోయింది. రాత్రి తొమ్మిది గంటలకు గుడి మూసివేస్తారు. బద్రినాథ్ గుడి రంగు రంగుల లైట్లతో వెలిగిపోతుంది. నేను కృష్ణ అక్కడ కొన్ని ఫోటోలు దిగాము. గుడి ముందట కొద్ది సేపు కూర్చున్నాము. రద్దీ ఎక్కువగా ఉంది అక్కడ.పూసలు, దండలు, రుద్రాక్ష దండలు అమ్మేవాళ్ళు, స్పటిక మాలలు అమ్మేవాళ్ళు, పుస్తకాలు అమ్మేవాళ్ళు, నల్ల గింజల దండలు అమ్మేవాళ్ళు చాలా మంది కనిపించారు. ఒక రుద్రాక్ష మాల, రెండు.నల్ల గింజల దండలు, చార్ ధామ్ క్షేత్రం పై ఒక పుస్తకం కూడా తీసుకున్నాను. ఒక పది చార్ ధామ్ బొమ్మలు ఉన్న చిన్న లామినేటెడ్ బొమ్మలు కూడా తీసుకున్నాను మిత్రులకు ఇవ్వడానికి. దర్శనం అయిపోయింది కాబట్టి గుడి మెట్లు దిగి, వేడి నీటి కుండముల పక్కనుండి ఆలక్ నంద నది పై ఉన్న బ్రిడ్జి దాటి వచ్చాం. మా ట్రావెల్ ఏజెన్సీ ప్రొప్రైటర్ నానికి ఫోన్ చేశాం ఎక్కడికి రావాలి అని. ముందుగా అక్కడి నుండి కనబడే పోలీసు ఔట్ పోస్ట్ వరకు వచ్చి అక్కడినుండి ప్రభుత్వ హాస్పిటల్ దగ్గరికి రండి, అక్కడికి దగ్గరలోనే జియ్యర్ స్వామి ఆశ్రమం ఉంటుంది, అక్కడికి రండి అన్నాడు. అది తక్కువలో తక్కువ ఒక కిలో మీటర్ దూరం పైనే ఉంటుంది. మెల్ల

మెల్లగా నడుచుకుంటూ త్రోవ అడుక్కుంటూ ముందుకు కదిలాం. సమయం రాత్రి తొమ్మిది దాటింది అప్పుడు. బాగా చలిగా ఉంది అక్కడ. అక్కడక్కడ సాధువులు త్రోవ వెంబడి మంట వేసుకొని కాగుతున్నారు వెచ్చటి వేడికి. బాగా చలి అనిపించి నేను కూడా ఆ మంట దగ్గరికి వెళ్ళాను సహజంగా బాగా చలిగా ఉంది అని. ఆ సాధువు డబ్బులు అడిగాడు. ఒక పది రూపాయలు ఇచ్చాను. మాటల్లో అడిగాను ఆ సాధువును ఎక్కడ ఉంటారు చలికాలములో అని. అప్పుడు పశుపతి నాథ్ వెళ్తాము అని చెప్పిండు. ఇంకా త్రోవ వెంబడి ఉలన్ శాలువాలు బాగా అమ్ముతున్నారు. అయిదు వందలకు మూడు శాలువాలు కూడా ఇస్తున్నారు. నేను ఇంటి నుండే మంచి శాలువా తీసుకపోయిన కాబట్టి మళ్ళీ శాలువా కొనలేదు. నడుచుకుంటూ, నడుచుకుంటూ మెట్లు దిగుతూ జియ్యరు స్వామి ఆశ్రమానికి వెళ్ళాము.

బద్రినాథ్ లో జియ్యర్ స్వామి వారి అష్టాక్షరీ క్షేత్రం : 1950వ దశకంలో శ్రీ పెద్ద జీయర్ స్వామీజీ ఈ పవిత్ర బద్రినాథ్ క్షేత్రంలో.అష్టాక్షరీ క్షేత్రం ను ఏర్పాటు చేశారు. ఈ క్షేత్రానికి తీర్థయాత్రకు వచ్చే భక్తులందరికీ ఇది ఒక వరం లాంటిది..పెద్ద జీయర్ స్వామీ వారు 1952లో ఇక్కడ నారాయణ అష్టాక్షరి కోటి హవన మహా క్రతువును నిర్వహించారు. అప్పటి నుండి ప్రతి సంవత్సరం ఈ అష్టాక్షరీ క్షేత్రంలో సాధువులకు, భక్తులకు.అన్ని.రోజులలో అన్నదానం చేస్తారు ఆరు నెలల పాటు. అక్కడ ఉండడానికి గదులు కూడా బుక్ చేసుకోవచ్చు ఫోన్ ద్వారా సంప్రదించి. అప్పటి నుండి ఇప్పటి వరకు అన్నదానము కార్యక్రమము 1952 నుండి నడుస్తూనే ఉంది. జియ్యర్ స్వామి వారి అష్టాక్షరీ క్షేత్రంలో.దిగారు మా బస్సు మిత్రులు అందరు.

ఆ రాత్రి అక్కడే బస అన్నారు. మేము వెళ్ళిన తర్వాత మాకు అందరికీ గోధుమ రవ్వ ఉప్మా మామిడి కాయ చట్నీ తో పెట్టారు, మాకు త్రాగడానికి వేడి నీళ్ళు ఇచ్చారు. నిజంగా అక్కడ చలి నీళ్ళు త్రాగలేము. ఆ ఇప్పుడు ఆశ్రమం చిన జీయర్ స్వామి వారి ఆధ్వర్యంలో నడుస్తుంది. మన తెలుగు వారే ఉన్నారు అక్కడ భోజన వసతి ఏర్పాట్లు చేయడానికి ,వడ్డించడానికి. టిఫిన్ చేసి అందరం మాకు ఒక హాల్ ఇస్తే అక్కడే పడుకున్నాం. బద్రినాథ్ క్షేత్రం అతిశీతల ప్రదేశం. నడి వేసవి మే మాసంలోనే గజగజ వణికిస్తోంది. అందుకే గదుల్లో అడుగు భాగం చెక్కతో చేయబడి ఉంది. మాకు పడుకోవడానికి, కప్పుకోవడానికి ఉలన్ దుప్పట్లు, చద్దర్లు ఇచ్చారు. మంచుకొండల్లోని బద్రినాథ్ క్షేత్రంలో జియర్ స్వామి ఆశ్రమం దాతల విరాళాలతో. సేవా భావం గల వ్యక్తులతో నడుస్తుంది. తెల్లవారి బ్రహ్మ కపాలం వెళ్లి పితృ దేవతలకు పిండ ప్రదానం చేయాలి, అందుకే నాలుగు గంటలకే నిద్ర లేవాలి అనుకుంటూ పడుకున్నాము ఆ రాత్రి. నిద్ర సుఖం ఎరుగదు, ఆకలి రుచి ఎరుగదు అన్నట్లు నిద్రపోయాం ఆ రాత్రి.

నా చార్ ధామ్ యాత్ర

బ్రహ్మ కపాల దర్శనం పిత్రు దేవతలకు పిండ ప్రదానం

పదమూడోవ.రోజు తేది: 21-5-24.

బ్రహ్మ కపాలం యొక్క ప్రాముఖ్యత, విశిష్టత: బద్రీనాథ్ దేవాలయానికి సమీపంలోనే అలక్ నంద నది ఒడ్డున బ్రహ్మ కపాలం అనే ప్రదేశము ఉంది. ఇక్కడ పితృదేవతలకు పిండ ప్రదానం చేస్తే మోక్షం లభిస్తుందని నమ్ముతారు హిందువులు.

బ్రహ్మ కపాలం అని ఈ ప్రదేశానికి పేరెందుకు వచ్చింది అంటే.దానికి ఆసక్తికారణమైన కథనాలు ఉన్నాయి..బ్రహ్మ, విష్ణు, మహేశ్వరులను సృష్టి, స్థితి, లయకారకులుగా పేర్కొంటారు. బ్రహ్మకు ఐదు తలలు ఉంటాయి. ఇందులో నాలుగు నలుదిక్కులను చూస్తూ ఉంటే ఐదో తల మాత్రం పై వైపు ఆకాశమును చూస్తూ ఉంటుంది. అందుకే బ్రహ్మకు పంచముఖుడని పేరు కూడా ఉంది. ఒకసారి బ్రహ్మకు విపరీతమైన గర్వం తలెత్తుతుంది తానే త్రిమూర్తుల్లో గొప్పవాడి నని. తను ఈ సృష్టిని, జీవరాసులను సృష్టించకపోతే అటు విష్ణువుతో పాటు ఇటు పరమ శివుడికి పని ఏమి ఉండదని కాబట్టి తనే గొప్పవాడిననే భావన తలెత్తుతుంది. త్రిమూర్తుల్లో ఒకరు ఎక్కువ ఒకరు తక్కువ అన్న భేద భావం ఉండదని ముగ్గురూ సమానమని చెప్పినా బ్రహ్మ వినిపించుకోడు. ఈ సమయంలో పరమశివుడు బ్రహ్మతో వాదనకు దిగి త్రిమూర్తుల్లో ఒకరు ఎక్కువ, ఒకరు తక్కువ అన్న భేదం ఉండబోదని ఒప్పిస్తాడు. పైకి త్రిమూర్తులు ముగ్గురూ సమానమేనని ఒప్పుకొంటాడు బ్రాహ్మ. అయితే బ్రహ్మకు ఉన్న

ఐదో తలలో మాత్రం తాను గొప్పవాడిననే భావన ఉంటుంది. ఈ విషయాన్ని పరమశివుడు గుర్తించి ఒక వేళ ఈ ఆలోచనా ఇలాగే కొనసాగితే సృష్టిలో అల్లకల్లోలం జరుగుతుందని భావిస్తాడు. దీంతో రానున్న ఉపద్రవాన్ని తప్పించడం కోసం పరమశివుడు తన త్రిశూలంతో బ్రహ్మ ఐదో తలను ఖండించి వేస్తాడు.

ఆ తల ప్రస్తుతం బద్రీనాథ్ పుణ్యక్షేత్రం ఉన్న ప్రాంతానికి దగ్గరలో ఉన్న అలకనంద నదీ తీరంలో పడిందని చెబుతారు. ఆ ప్రదేశమే బ్రహ్మ కపాలం. బ్రహ్మ శిరస్సు పడి ఆ శిరస్సుకు మోక్షం కలిగినందువల్లే ఈ బ్రహ్మ కపాలం హిందువులకు అత్యంత పవిత్రమైన ప్రాంతంగా చెబుతారు. శివుడు కూడా తన బ్రహ్మ హత్య పాపం నుండి విముక్తి పొందిన ప్రదేశం కూడా ఈ బ్రహ్మ కపాలం. అందుకే ఇక్కడ పిండ దానము కార్యక్రమము నిర్వహించడం వల్ల మన.పితృదేవతల ఆత్మలు నరకం నుండి విముక్తి పొందుతాయనేది ఒక నమ్మకం. గయలో చేసిన పిండ ప్రదానం.కంటే.బ్రహ్మ కపాలము వద్ద చేసిన పిండ ప్రదానం ఎనిమిది రెట్లు ఫలితం ఎక్కువ ఉంటుంది అని అంటారు. శివుడు మాత్రమే కాదు మహాభారత యుద్ధంలో తమ బంధువులను ఓడించి చంపిన పాండవ సోదరులు స్వర్గానికి వెళుతుండగా తమ బంధువులను చంపిన పాపం నుండి విముక్తి పొందడానికి, తమ పూర్వీకుల ఆత్మకు శాంతి చేకూర్చడానికి ఇక్కడ ఆగి శ్రీకృష్ణుడి సూచనల మేరకు తమ పూర్వీకులతో పాటు యుద్ధభూమిలో ప్రాణాలు కోల్పోయిన వ్యక్తులకు కూడా మోక్షాన్ని కల్పించేందుకు శ్రాద్ధ కర్మలు ఆచరిస్తారు. అదే ఆనవాయితీగా బద్రినాథ్ వెళ్లిన భక్తులు తమ పితృదేవతల, బంధు మిత్రుల ఆత్మలకు ముక్తి కలిగించడానికి పిండ ప్రదానం కార్యక్రమము ఆచరిస్తారు.

ఇక్కడ పిండ ప్రదానం చేస్తే మరెక్కడా పిండ ప్రదానం చేయాల్సిన అవసరం లేదని, సంవత్సరీకం చేయకపోయినా పర్వాలేదని చెబుతారు. అందువల్లే ఈ

బ్రహ్మకపాలం వద్ద పితృ దేవతులకు శ్రాద్ధ కర్మలు నిర్వహించడానికి హిందువులు అధిక సంఖ్యలో ఇక్కడికి వస్తుంటారు

పితృదేవతలకు, బంధు మిత్రులకు పిండ ప్రదానం:

ఆ రోజు ఉదయం నాలుగు గంటలకే నిద్ర లేచి కాల కృత్యాలు తీర్చుకొని, బ్రష్ వేసుకొని ముఖం కడుక్కొని అష్టాక్షరీ ఆశ్రమం నుండి మా బ్యాగులను తీసుకొని బద్రినాథ్ గుడి సమీపంలోని అలక్ నంద నది ఒడ్డున గల బ్రహ్మ కపాల క్షేత్రమునకు బయలుదేరాం. నాతో పాటు మిత్రులు హరి, కృష్ణ, ఇంకా ఇద్దరు మిత్రులు వచ్చారు. పిండ ప్రదానం అవసరం లేని వాళ్ళు ఆశ్రమంలోనే ఉండిపోయారు. సాధారణంగా పురుషులే పిండ ప్రదానం చేస్తారు కాబట్టి స్త్రీలు ఆశ్రమం లోనే ఉండిపోయారు. గజగజ వణికించే చలి. రాత్రి పూట ఉష్ణోగ్రత -2 సెంటీగ్రేడ్ డిగ్రీల వరకు ఉంటుంది, పగటి పూట తొమ్మిది 10 సెంటీగ్రేడ్ డిగ్రీల వరకు ఉంటుంది. కొత్త ప్రదేశం, కింద బండలు, ఎత్తులు, వంపులు, లోతులు.ఒక అరగంట నడిస్తే గుడి వచ్చింది. గుడి ముందటి నుండి ఇంకా కొద్దిగా ముందుకు వెళ్లితే, తప్త కుండ్ వేడి నీటి కుండములు దాటిన తర్వాత అలక్ నంద నది ఒడ్డున బ్రహ్మ కపాలం అని బోర్డు ఉంది అక్కడ.

చాలా మంది బ్రాహ్మణులు ఆ ప్రదేశంలో కూర్చొని ఉన్నారు పిండ ప్రదానం చేయించడానికి. ఒకరిద్దరిని అడిగితే ముందుగా స్నానాలు చేసి రండి, తోచినంత ఇవ్వండి పిండ ప్రదానం చేయిస్తాము అన్నారు. వారు అలా అనడం పరవాలేదు అనిపించింది. కానీ మా సిద్దిపేట హరి ఒక హైటెక్ బ్రాహ్మణున్ని మాట్లాడాడు మా ఐదుగురి కోసం. ఈ పిండ ప్రదానంలో కూడా సాధారణం, మీడియం, హైటెక్ పిండ ప్రదానం ఉంటాయి అన్నాడు ఆ బ్రాహ్మణుడు, అతనికి తెలుగు కూడా కొంత వచ్చు. సాధారణం అయితే పదిహేను వందలు, మీడియం అయితే రెండు వేలు, హైటెక్ అయితే ఇరువై అయిదు వందలు అన్నాడు పిండ ప్రదానం చేయించడానికి. అన్నింటి కంటే ఎక్కువ దానిలో గోదానం, వస్త్ర దానం, తిల దానం, అన్న దానము అన్నీ కలుపుకొని ఉంటాయి అన్నాడు ఆ సగం సగం తెలుగు వచ్చిన హైటెక్ బ్రాహ్మణుడు. అది ఒక వ్యాపార లోకం అనిపించింది. మొత్తం మీద మనిషికి ఇరువై ఒక వంద ఇస్తాము అని మాట్లాడిండు హరి. మా సిద్దిపేట హరి అన్నీ పూజా కార్య క్రమములు గొప్పగానే చెయ్యాలి అంటాడు. సరే అందరితో పాటు నేను అనుకున్నాను. ముందుగా మమ్ములను స్నానం చేసి రమ్మన్నాడు కాబట్టి మేము గుడి సమీపంలోని తప్తకుండ్ దగ్గరికి వెళ్లి ఆ వేడి నీటి కుండంలో స్నానం ఆచరించి కొత్త బట్టలు ధరించి బ్రహ్మ కపాలం దగ్గరికి వచ్చాము. పక్కనే అలక్ నంద నది నురగలు గ్రక్కుతూ వడివడిగా ప్రవహిస్తుంది. సుందర సుప్రభాత వేళ అది. నరనారాయణులు సంచరించిన ఆ క్షేత్రములో పితృ దేవతలకు బ్రహ్మ కపాలం లో పిండ ప్రదానం చేయడం గొప్ప విశేషం. మాకు పిండ ప్రదానములు చేయిస్తానన్న హైటెక్ బ్రాహ్మణుడు మాకు తన తరపున ఇంకో బ్రాహ్మణున్ని అప్పగించాడు మాకు. మేము వెళ్ళిన తరువాత అక్కడ ప్రవహిస్తున్న నది లోని నీటిని చెంబులో తీసుకొని రమ్మన్నాడు ఆ బ్రాహ్మణుడు. గజగజ వణికిస్తున్న చలిలో అలకనంద నది లోంచి చెంబెడు నీళ్ళు తీసుక వచ్చి ఆ

నది ఒడ్డున మా కొరకు వేసిన చాపల్లో కూర్చున్నాము. మనిషికి ఒక ప్లేట్ ఇచ్చారు. ఆ ప్లేట్ లో పిడికెడు అన్నం ఉంది. దానికి ఇరువైకి పైగా చిన్న ముద్దలు చేయమన్నాడు పిండములు పెట్టడానికి..అతను చెప్పినట్టే ఇరువది నాలుగు చిన్న అన్నపు ముద్దలు చేశాను. ఉంగరపు వ్రేలుకు ఒక గరక ఉంగరం పెట్టుకోమన్నాడు. నాకు తెలిసినంత వరకు మొదట గోత్రం చెప్పి, మా కుటుంబం యొక్క మూడు తరాల పితృదేవతలు అనగా మా నాయన, నాయన తండ్రి అనగా తాత, మా తాత యొక్క తండ్రి పేర్లు అనుకొని, అలానే తల్లి పేరు, నాయనమ్మ పేరు, తాత అమ్మ పేరు చెప్పి పిండములు పక్కగా ఉంచి నీళ్ళ తర్పణం విడిచాను. అలానే నా భార్య ఇంటి.తరపున చనిపోయిన వారి పేర్లు చెప్పి పిండములు పెట్టి నీళ్ళు తర్పణం వదిలాను. తరువాత తల్లిగారి తరపున అమ్మ యొక్క తల్లి, అమ్మ యొక్క తండ్రి, తాతమ్మ, తాత మూడుతరాల్లో తెలిసిన వారి పేర్లు చెప్పి నీళ్ళ తర్పణం వదిలాను. అలానే మేనమామలు గాని, చిన్న బాపులు గాని, పెద్ద బాపులు గాని, పెద్దమ్మలు గాని, చిన్నమ్మలు గాని వాళ్ల పేర్లు చెప్పి నీళ్ళ తర్పణం వదిలాను. మొదట రక్త సంబంధీకులు తన కుటుంబం వైపు వాళ్ళు, తర్వాత భార్య కుటుంబమునకు సంబందించిన వాళ్ళు, మేనమామ వైపు వాళ్ళు, ఇంకా తెలిసిన వాళ్ళు, బందువుల,మిత్రుల పేర్లు కూడా చదివిపించి పిండ ప్రదాన కార్యక్రమం చేయించాడు. వస్త్ర దానము, గోదానము, తిలదానము, పళ్ళెములో పెట్టిన వస్తువులను అన్నీ బ్రాహ్మణుడు దానం స్వీకరించాడు. ఆ పిండములను అలకనంద నదిలో కలుపమన్నాడు. అలా పితృ దేవతలకు పెట్టిన పిండములను అలకనంద ప్రవాహంలో కలిపివేశాము. ఎంత చెట్టుకు అంత గాలి, పిండి కొద్ది రొట్టె. మా పిండ ప్రధాన పూజకు మేము చెల్లించింది మేము మాట్లాడుకున్న హై టెక్ పూజారికి మనిషికి ఇరువై ఒక్క వంద రూపాయలు. పెద్దరికానికి వెళ్లి ఎక్కువ డబ్బులు ఖర్చు పెట్ట నవసరం లేదు అని తెలిసింది. ఉన్నంతలో వెయ్యి, అయిదు వందలు తీసుకొని పితృ

దేవతలకు పిండ ప్రదానం కార్యక్రమం చేయించే వాళ్ళు కూడా ఉన్నారు అక్కడ. మేము అయిదుగురం చెల్లించిన పదివేల అయిదు వందల లోంచి పది వేలు జేబులో పెట్టుకొని మాకు పిండ ప్రదానం.పూజ చేయించిన అసలు బ్రాహ్మణుడికి కేవలం అయిదు వందలు ఇచ్చి పంపించాడు మేము డబ్బులు చెల్లించిన హైటెక్ అయ్యవారు. ఇది ఒకరకమైన దోపిడీ అనిపించింది. మా పిండ ప్రధానం కార్య క్రమం గంటన్నర వ్యవధిలో అయిపోయింది. బ్రహ్మ కపాలం నుండి కదిలి మళ్ళీ తప్తకుండ్ లో వేడి నీటిలో కాళ్ళు చేతులు కడుక్కొని ఇనుప బ్రిడ్జి పై నుండి నది దాటి నిన్నటి మా బస్సు ఆగిన పార్కింగ్ ప్లేస్ వద్దకు అరగంట వరకు చేరుకున్నాం. అప్పటికి సమయం ఎనిమిది దాటిపోయింది. మేము వెళ్ళే వరకూ అందరూ బస్సులో కూర్చొని ఉన్నారు. బస్సు అక్కడి నుండి ఢిల్లీ వైపు కదలడానికి సిద్ధంగా ఉంది అని అర్థం అయ్యింది. నిజానికి మాకు బద్రి నాథ్ లో ఇంకా చూడవలసిన ప్రదేశాలు చాలా ఉన్నాయి. మా టూర్ షెడ్యూల్ లో అవి కూడా ఉన్నాయి. ముఖ్యంగా ఇండియాలోని చివరి గ్రామము లేదా ఇండియాకు తొలి గ్రామం మాన గ్రామం చూడాలి అది ఇండియా టిబెట్ బార్డర్ లో ఉన్న గ్రామం అది, అక్కడికి దగ్గరే ఉన్న సరస్వతి నదిని చూడాలి, పాండవులు స్వర్గానికి వెళ్లిన స్వర్గ ద్వారాన్ని చూడాలి, స్వర్గానికి పాండవులు వెళుతున్నపుడు సరస్వతి నది పై నిర్మించిన బ్రిడ్జ్, మహాభారతాన్ని వ్రాసిన వ్యాసుడి యొక్క వ్యాస గుహ, అక్కడికి దగ్గరే ఉన్న గణేష్ గుహ ఇవన్నీ చూడాలి. కానీ ఇవేమీ చూపించ లేదు మా టూర్ ప్రొప్రైటర్.మేము ఐదుగురం పిండ ప్రదానం చేయడానికి అని బ్రహ్మ కపాలం వెళ్లి వచ్చే వరకే మా బస్సు ఢిల్లీ వైపు కదలడానికి సిద్ధం అవుతుంది. మా కోసమే ఎదురు చూస్తున్నట్లుగా ఉంది ఆ బస్సు. మాన గ్రామం చూపించాలి అని ఎవరు పెద్దగా డిమాండ్ చేసినట్లు లేదు, డిమాండ్ చేసినా టూర్ ప్రొప్రైటర్ చెప్పింది ఏమిటీ అంటే ఇప్పుడు మాన గ్రామము చూడడానికి వెళ్తే రేపు ఢిల్లీ నుండి ఇంటికి

వెళ్ళడానికి రైలుకు లేట్ అవుతుంది అని చెప్పాడు. రైలు తెల్లవారి అనగా 22 వ తేదీ,.మా ప్రయాణంలో 13 వ రోజు అనగా చివ్వరి రోజు సాయంత్రం నాలుగు గంటలకు తెలంగాణ ఎక్స్ ప్రెస్.ఢిల్లీ నుండి హైదరాబాద్ కు ఉంది. కొందరికి ఫ్లైట్ ఢిల్లీ నుండి మధ్యహ్నం ఉంది, కొందరికి రాత్రి ఉంది. నిజానికి మాకు ఢిల్లీలో కూడా చూడవలసిన ప్రదేశాలు ఉన్నాయి ప్రయాణ షెడ్యూల్ ప్రకారం. ట్రెయిన్ కు లేట్ అవుతుంది అనే కారణంతో మాకు మాన గ్రామం మరియు బద్రినాథ్ మిగతా విశేషాలు చూపించ లేదు మా ట్రావెల్స్ ప్రొప్రైటర్. బద్రినాథ్ నుండి ఢిల్లీ.దూరం 572 కి. మీ. అంటే దాదాపు 16 గంటల ప్రయాణ సమయం పడుతుంది. గర్వాల్ ప్రాంతం కాబట్టి ట్రాఫిక్ సమస్య ఉంటే ఇరువై గంటలు కూడా పట్టచ్చు. అందుకే.మా. టూర్ ప్రొప్రైటర్ మాన గ్రామం టూర్ ను కట్ చేశాడు. మన వాళ్ళు ఒక్క దేవుడి దర్శనమే ముఖ్యం అని భావిస్తారు చాలా మంది. మనము వెళ్లిన ప్రదేశంలో చారిత్రక ప్రదేశాలు, ప్రకృతి సంపద, నదులు, నాగరికతలు కూడా ఉంటాయి అని కూడా చాలా మందికి తెలియదు. ప్రకృతే నిజమైన దైవం అనే విషయం ఎంత మందికి తెలుసు! మాన గ్రామం విశేషాల వీడియో ఒకటి మా గ్రూపులో పోస్ట్ చేశాడు.మా టూర్ ప్రొప్రైటర్. నేను ఈ పుస్తకం వ్రాస్తున్నప్పుడు మానా గ్రామ విశేషాలు పొందుపరచాను అధ్యయనం చేసి..ఇంటినుండి రెండు వేల కిలోమీటర్లు ప్రయాణం చేసి మానా గ్రామం చూడకపోవడం తప్పు అనిపించింది. క్రమ శిక్షణతో ప్రయాణం చెయ్యాలి అనిపించింది. ఢిల్లీకి రావచ్చు, పోవచ్చు ఎప్పుడైనా కానీ చైనా టిబెట్ బార్డర్ లో ఉన్న మాన గ్రామమును మళ్ళీ మళ్ళీ చూడలేము కదా అనిపించింది.

మాన గ్రామం విశేషాలు : భారతదేశంలోని మొదటి గ్రామం "మాన". ఇది భారతదేశంలోని ఉత్తరాఖండ్ రాష్ట్రంలోని చమోలి జిల్లాలో ఎత్తైన హిమాలయ పర్వతాల ఒడిలో ఉన్న ఒక అందమైన గ్రామం. ఇది సముద్ర మట్టానికి 3,200

మీటర్లు అనగా 10500 అడుగుల ఎత్తులో ఉంటుంది. ఇది టిబెట్ సరిహద్దుకు ముందు(టిబెట్ ఇప్పుడు చైనా ఆదీనంలో ఉంది).భారతదేశం వైపున ఉన్న మొదటి గ్రామం..ఈ గ్రామం ప్రసిద్ధ బద్రీనాథ్ క్షేత్రం నుండి 3 కి.మీ. దూరంలో ఉంటుంది మరియు టిబెట్, చైనా సరిహద్దుల నుండి 24 కిలోమీటర్ల దూరంలో ఉంటుంది. ప్రకృతి ప్రియులకు ఇది ఒక గొప్ప పర్యాటక క్షేత్రం చూడడానికి..

గ్రామాన్ని సందర్శించడానికి వెళుతుంటే భారత దేశం యొక్క తొలి గ్రామం మాన అని ఒక స్వాగత తోరణం కనిపిస్తుంది ఇంగ్లీష్, హిందీ భాషల్లో వ్రాయబడి.

ఈ గ్రామం పురాణాల ప్రకారం పురాతన ఋషులు మరియు యోగులు ధ్యానం మరియు యోగా సాధన చేసిన ప్రదేశంగా చెపుతారు. పురాణాల ప్రకారం, పాండవులు స్వర్గానికి.ప్రయాణం మాన గ్రామం గుండానే చేశారు అనేది గొప్ప చారిత్రక విశేషం. అక్కడ స్వర్గారోహణ ద్వారం కూడా ప్రత్యక్ష సాక్షిగా కనిపిస్తుంది. మహాభారతం మరియు.పురాతన హిందూ గ్రంథాలలో ఈ గ్రామం యొక్క ప్రస్తావన ఉంది. వ్యాస మహా ఋషి మహాభారతాన్ని రచించిన వ్యాస గుహ ఈ ప్రదేశంలోనే ఉంది, వ్యాస భారతాన్ని లిపిబద్ధం చేసిన గణేష్ గుహ కూడా ఈ గ్రామం లోనే ఉంది.

ఈ గ్రామంలోనే సరస్వతి నది పుట్టి కొద్ది దూరమే ప్రవహించి ఇక్కడే అలకనంద నదిలో కలుస్తుంది. ప్రకృతికి శోభకు పర్యాయ పదంలా కనిపిస్తుంది ఈ గ్రామం.

ఈ గ్రామం జనాభా సుమారు 600 మంది అని తెలుస్తుంది. మాన గ్రామంలో నివసించే ప్రజలను మంగోల్ తెగకు చెందిన బోటియా కమ్యూనిటీకి చెందినవారు అంటారు..మాన గ్రామం ఉన్ని వస్త్రాలకు ప్రసిద్ధి చెందింది, వీటిని ప్రధానంగా గొర్రెల ఉన్నితో తయారు చేస్తారు. మాన గ్రామం ఉన్ని శాలువలు, టోపీలు, మఫ్లర్ లు,.గొర్రె ఉన్నితో చేసిన పలుచని దుప్పట్లు మొదలైన అనేక వస్తువులకు ప్రసిద్ధి. ఇక్కడ చలి ఎక్కువ కాబట్టి ఉన్ని శాలువాలు, ధరించడానికి ఉన్ని వస్తువులు తయారు చేసి స్థానికులు పర్యాటకులకు అమ్మడానికి అందుబాటులో ఉంచుతారు. ఇక్కడి స్థానికులు అందించే ఆతిథ్యం మరియు సాదర స్వాగతం గొప్పగా ఉంటుంది అంటారు. మాన గ్రామం స్థానిక వంటకాలకు కూడా ప్రసిద్ధి. రుచికరమైన రాజ్మా చావల్, ఆలూ కే గుట్కే మరియు మండువా కి రోటీ వంటి వంటకాలు అందుబాటులో ఉంటాయి ఇక్కడ పర్యాటకులకు. ఇక్కడి వారి జీవనోపాధిలో భాగంగా పాలకూర, క్యాలీఫ్లవర్ మరియు బంగాళాదుంపలను పండించడం మరియు బద్రీనాథ్‌లోని హోటళ్లకు మరియు గెస్ట్ హౌస్‌లకు విక్రయించడం చేస్తుంటారు ఇక్కడి ప్రజలు..మాన గ్రామం మహిళలు నైపుణ్యం కలిగిన హస్త కళాకారులు. వారు చేతితో తయారు చేసిన రకరకాల జ్ఞాపికలు హాండ్ క్రాఫ్ట్స్ చేతితో తయారు చేస్తారు..ఈ పనులే ఇక్కడి ప్రజలకు జీవనోపాధి కల్పిస్తున్నాయి. వేసవి కాలం ఆరు నెలలు బద్రినాథ్ క్షేత్ర దర్శనం కాలములో ఇక్కడ ఉండి మిగతా ఆరు నెలలు చలికాలం ఇక్కడి ప్రజలు చమోలి ప్రాంతంకు వలసపోతారు అని తెలుస్తుంది.

మాన గ్రామము సమీపంలో సందర్శించవలసిన ప్రదేశాలు

1. వసుధార జలపాతం: మాన గ్రామం నుండి 5 కిలోమీటర్ల దూరం పర్వతారోహణ చేస్తే ఎత్తైన కొండల మధ్య మంత్రముగ్ధులను చేసే వసుధార జలపాతం కనిపిస్తుంది..పర్వతాలు మరియు లోయలతో.400 అడుగుల ఎత్తు నుండి జలపాతం దూకడం ఒక అద్భుత దృశ్యం.

2. సరస్వతి నది: త్రివేణి సంగమంలో ఒకటి అయిన సరస్వతి నది బద్రీనాథ్ దగ్గరి మాన గ్రామం సమీపంలో ఉద్భవించి అక్కడి నుండే కొద్ది దూరమే ప్రవహించి అలకనంద నదిలో కలుస్తుంది. సరస్వతి నది మళ్లీ ఎక్కడా కనిపించదు, మాన గ్రామం లోనే సందర్శించవచ్చు.

3. భీమ్ పూల్: పాండవులు స్వర్గారోహణ చేస్తున్న క్రమంలో సరస్వతి నదిని దాటడానికి భీముడు సరస్వతి నదికి అడ్డంగా భీమ్. పూల్.అని పిలువబడే సహజమైన బండ రాళ్ళ వంతెనను నిర్మించాడు. అది మనము ప్రత్యక్షంగా చూడవచ్చు.

4. వ్యాస్ గుహ మరియు గణేష్ గుహ: మహాభారతాన్ని వ్రాసిన వేద వ్యాసుడు ధ్యానం చేసి ఇతిహాసాన్ని రచించినట్లు విశ్వసించబడే ఒక గుహ మాన గ్రామానికి 3 కిలోమీటర్ల దూరంలో ఉంది. అలానే వేద వ్యాసుడు చెప్పగా మహాభారతాన్ని గణేషుడు లిపిబద్ధం చేసింది ఇక్కడే అంటారు. అది గణేష్ గుహగా ప్రసిద్ధి చెందింది. అవి రెండింటినీ మనము ఇక్కడ చూడ వచ్చు.

ఇలాంటి ఎన్నో గొప్ప విశేషములకు నిలయమైన మాన గ్రామమును సందర్శించడం చాలా ముఖ్యం.

బద్రినాథ్ నుండి తిరుగు ప్రయాణం

తేది: 21-5-2024.

మా బస్సు బద్రినాథ్ తిరుగు ప్రయాణం మొదలు పెట్టింది. మేము అక్కడి నుండి పీపల్ కోట్ కు వెళ్ళాలి అన్నారు. అది అక్కడి నుండి 79 కి.మీ. దూరం ఉంది. రెండున్నర గంటల్లో చేరుకోవచ్చు అని తెలుస్తుంది. మేము ఉదయం ఎనిమిది గంటల తర్వాత బయలుదేరితే పదిన్నర వరకు అక్కడికి చేరుకున్నాము. మార్గమధ్యంలో బద్రినాథ్ నుండి 40 కి.మీ. దూరంలో జోషి మఠ్ ఉంది. అది చాలా ప్రాశస్త్యం ఉన్న ప్రదేశం. అక్కడ విష్ణువు యొక్క అవతారమైన నరసింహ స్వామి దేవాలయం ఉంది. అక్కడే ఆది శంకరా చార్య భారత దేశంలో నెలకొల్పిన నాలుగు శంకర మఠాలలో ఒక మఠం జోషి మఠ్ లోనే ఉంది. చలికాలములో బద్రినాథ్ దేవాలయం ఆరు నెలలు మూసి వేసినపుడు జోషి మఠ్ లోని నరసింహ స్వామి దేవాలయంలోనే బద్రినాథ్

విగ్రహాలను ఉంచి పూజలు చేస్తారు. అలాంటి ప్రదేశంలో మా బస్సు ఆపబడలేదు. ఆ గుడి రోడ్ వెంబడే ఉంది. బద్రినాథ్ వెళ్తున్నప్పుడు ఆ గుడి కనిపించింది కూడా.

ఎవరి పరిజ్ఞానం వారిది. ఎవరి వసతి, సమయం వారిది. సమయం చాలదు అనే కారణంగా జోషి మఠ్ చూపించబడ లేదు. మేము పీపల్ కోట్ చేరుకున్న తర్వాత అక్కడ మా కొరకు కొన్ని హోటల్ గదులు తీసుకున్నారు. మాలో కొందరు స్నానాదుల కార్యక్రమములు చేయడానికి. మేము కొందరం బ్రహ్మ.కపాలంలోనే స్నానాదులు చేసి వచ్చాము. ఉదయం పదిన్నర గంటలకు మాకు టిఫిన్ చేసి పెట్టారు. ఇంకో రెండు గంటలు గడిచిన తర్వాత అందరికీ భోజనాలు వడ్డించారు. మధ్యహ్నం ఒంటి గంట తర్వాత మా ప్రయాణం మొదలు అయ్యింది మళ్ళీ. రాత్రి వరకు హరిద్వార్ చేరుకొని తెల్లవారి ఢిల్లీ వెళ్ళాలి మేము. మార్గమధ్యంలో మేము ధారీ దేవి ఆలయం దగ్గర ఆగాము. ఆ దేవాలయం నది మధ్యలో ఎత్తైన ప్రదేశంపై కొలువై ఉంది. గుడి దగ్గరకు వెళ్లడానికి వంతెన లాంటి నిర్మాణం ఉంది. దాదాపు ఒక అర కిలో మీటరు అయినా నడిచి వెళ్ళాలి. ప్రయాణ బడలిక వలన కృష్ణ బస్సు దిగలేదు. నేను బస్సు దిగినా నది ఒడ్డున గుడి ప్రవేశ ద్వారం దగ్గరి దాకా వెళ్లి అక్కడే కాసేపు కూర్చొని బస్సు దగ్గరికి వెనుదిరిగి వచ్చాను. అప్పటికే నడిచి అలసిపోయి వున్నాను. కాలికి రెండువైపులా మడమ దగ్గర నీటి పొక్కులు వచ్చినాయి. కొద్దిగా నడక తగ్గించాలి అనిపించింది. నడిచినా బూట్లు లేకనే నడువవలసి వచ్చింది, కాలి మడమల పక్కన నీటి పొక్కులు పగులుతాయేమోనని. ధారీ దేవి ఆలయం ఉత్తరాఖండ్ లోని గర్వాల్ ప్రాంతంలో అలకనంద నది ఒడ్డున, బద్రీనాథ్ రోడ్డులో శ్రీ నగర్ మరియు రుద్రప్రయాగ మధ్య దారిలో కళ్యాసౌర్ అనే గ్రామం వద్ద ఉంది. ఇది కాళీ మాత దేవాలయం. ఈ గుడిలోని దేవి రూపం ఉదయం బాలికగా, మధ్యాహ్నం యువతిగా, సాయంత్రం వృద్ధ స్త్రీగా మారుతూ ఉంటుంది అంటారు. ఈ ఆలయానికి పై కప్పు ఉండదు. గర్భగుడిలో

నా చార్ ధామ్ ఆధ్యాత్మిక యాత్ర

అమ్మవారి పై సగభాగం మాత్రమే ఉంటుంది. విగ్రహం క్రింది భాగం అక్కడికి దగ్గర లోని కాళీమఠ్ లో ఉంటుంది. కాళీమఠ్‌లో నిజానికి అమ్మవారి మిగతా శరీర భాగం ఉండదు. ఆ స్థానంలో ఒక స్త్రీ యంత్రాన్ని పూజిస్తారు. ఇక్కడ ఆమెను కాళీ దేవిగా పూజిస్తారు. ధారి దేవిని ఉత్తరాఖండ్ పోషక దేవతగా, చార్ ధామ్ ల రక్షకురాలిగా తలుస్తారు అక్కడి ప్రజలు. ఈ ఆలయం దాదాపు ఎనిమిదవ శతాబ్దం క్రితం నాటిది, ఆది శంకరులచే స్థాపించబడింది అంటారు. క్రీ.శ 1882లో కేదారీనాథ్ ప్రాంతాన్ని ఓ ముస్లిం రాజు పడగొట్టి మసీదు నిర్మించాలని ప్రయత్నించాడు అంటారు. ఆ రాజు చేసిన అపచారంతో కొండ చరియలు విరిగిపడి కేదారనాథ్ ప్రాంతం నేలమట్టమైపోయింది. దేవి మహాత్మ్యాన్ని ప్రత్యక్షంగా చూసిన ఆ ఇస్లాం రాజు తన ప్రయత్నాన్ని విరమించుకున్నాడు అంటారు. ఈ ధారి దేవి ఆలయం గురించి, కేదార్ నాథ్ వరదలు గురించి ఒక కథనం ఉంది. 2013 జూన్ 16న అలకనంద హైడ్రో పవర్ కంపెనీ లిమిటెడ్ నిర్మించిన 330 మెగావాట్ల అలకనంద హైడ్రో ఎలక్ట్రిక్ ఆనకట్ట నిర్మాణానికి మార్గం సుగమం చేయడానికి, ధారి దేవి అమ్మవారి మూల మందిరాన్ని తొలగించి, అలకనంద నదికి దాదాపు 611 మీటర్ల ఎత్తులో ఉన్న కాంక్రీట్ ప్లాట్‌ఫారమ్‌లోకి మార్చారు. అప్పుడు యాదృచ్ఛికంగా, విగ్రహాన్ని తరలించిన కొన్ని గంటల తర్వాత, వర్షం ప్రారంభమయి, చాల రోజులు వర్షాలు పడి వరదలు వచ్చి కొండచరియలు విరిగి మొత్తం కొట్టుకుపోయింది. వరదల తర్వాత శిథిలావస్థకు చేరిన 330 మెగావాట్ల జలవిద్యుత్ ప్రాజెక్ట్ కోసం దేవతను తన అసలు స్థలం నుండి మార్చబడినందున ఆమె ఆగ్రహానికి గురైందని స్థానికుల, భక్తుల నమ్మకం. జూన్ 16-17, 2013న కురిసిన కేదార్నాథ్ భారీ వర్షపాతం, మొత్తం కేదార్‌నాథ్ లోయ మరియు దిగువ స్థావరాలను వరదలు ముంచెత్తడం అమ్మవారి ఆగ్రహానికి కారణం అని తలుస్తారు ప్రజలు. ఇప్పుడు ఉన్న కొత్త ఆలయం దాని అసలు

స్థానంలో నిర్మించబడింది. 20 మీటర్ల ఎత్తైన రాతి పైన 2013లో నిర్మాణం గావించబడింది మరల.ధారి దేవి ఆలయం గర్వాల్ ప్రజల విశ్వాసానికి ఒక ప్రతీకలా నిలుస్తుంది. ఆ అమ్మవారి దర్శనం అనంతరం సాయంత్రం నాలుగు గంటల ప్రాంతంలో మా బస్సు బయలు దేరింది. ధారి దేవి నుండి ఇంకో 47 కి.మీ. రెండు గంటలకు పైగా ప్రయాణం చేస్తే దేవ్ ప్రయాగ వచ్చింది. అప్పుడు సమయం ఏడు గంటలు దాటింది. రాత్రి వెలుగులు పడ్డాయి. దేవ్ ప్రయాగ పవిత్రమైన పుణ్య క్షేత్రం. నదుల సంగమ క్షేత్రం. అక్కడ.బద్రినాథ్ నుండి వచ్చే అలకనంద, గంగోత్రి నుండి వచ్చే భాగీరథి నదులు కలుస్తాయి. ఈ ప్రదేశం నుండే ఆ నదీ ప్రవాహం గంగా నది అని పిలువబడుతూ ముందుకు సాగుతుంది. ఈ దేవ ప్రయాగ పంచ ప్రయాగ క్షేత్రములలో చివరిది. ఇక్కడ భక్తులు ఆ నదీ సంగమ క్షేత్రంలో పుణ్య నదీ స్నానాలు చేస్తారు. దేవ భూమి అయిన ఉత్తరాఖండ్ లో అయిదు నదీ సంగమ క్షేత్రాలు ఉన్నాయి. అవి పంచ ప్రయాగలు అని ప్రసిద్ధి.

పంచ ప్రయాగలు

ఉత్తరాఖండ్ రాష్ట్రంలో ఉన్న ఐదు ముఖ్యమైన నదీ సంగమ ప్రదేశాలు విష్ణుప్రయాగ్, నందప్రయాగ్, కర్ణప్రయాగ్, రుద్రప్రయాగ్, దేవప్రయాగ్ అనే పేర్లతో పిలువబడుతున్నాయి. ప్రయాగ అంటే ఒకటి లేదా అంతకంటే ఎక్కువ నదుల కలయికను సూచిస్తుంది..

విష్ణుప్రయాగ:

విష్ణుప్రయాగ వద్ద అలకనంద నదితో ధౌలిగంగ కలుస్తుంది..

బద్రీనాథ్ దగ్గరి సతోపంత్ హిమానీనదం నుండి ఉద్భవించిన అలకనంద నది జోషిమఠ్ సమీపంలో ధౌలిగంగా నదితో కలుస్తుంది. ఈ సంగమం వద్ద నారద మహర్షి విష్ణువుకు చేసిన ఆరాధనను గురించి పురాణాలు చెపుతాయి. ఈ సంగమానికి సమీపంలో అష్టభుజి ఆకారపు దేవాలయం ఉంది. ఇది 1889 సంవత్సరంలో ఇండోర్ మహారాణి అహల్యాబాయిచే నిర్మించబడింది అంటారు. ఈ ఆలయంలో విష్ణుమూర్తి విగ్రహం ఉంటుంది.

నందప్రయాగ :

మందాకిని నది ఉత్తరాఖండ్‌లోని గర్వాల్ హిమాలయాలలోని నందప్రయాగ్‌లో అలకనంద నది లో కలుస్తుంది.

ఒక కథ ప్రకారం, నందుడు అనే ఒక గొప్ప రాజు యజ్ఞం చేసి భగవంతుని ఆశీస్సులు కోరాడు. అందుకే సంగమానికి ఆయన పేరు వచ్చింది అంటారు. ఇంకొక కథ ప్రకారం శ్రీ కృష్ణుడి పెంపుడు తండ్రి అయిన యాదవ రాజు నందుడి పేరు మీద నంద ప్రయాగ అని పేరు వచ్చింది అంటారు. ఇక్కడ శ్రీకృష్ణుని ఆలయం ఉంది. కణ్వ

మహర్షి ఇక్కడ తపస్సు చేశాడని మరియు రాజు దుష్యంత మరియు శకుంతల వివాహం కూడా ఈ వేదికపైనే జరిగిందని అనే దానికి ఈ నంద ప్రయాగ ప్రసిద్ధి...

కర్ణ ప్రయాగ:

హిమాలయాల్లోని నందా దేవి పర్వత శ్రేణుల గుండా పిండార్ హిమానీనదం నుండి ఉద్భవించే పిండార్ నదితో అలకనంద నది కలిపే ప్రదేశం కర్ణ ప్రయాగ. కర్ణుడు ఇక్కడ సూర్యుడి గూర్చి తపస్సు చేసి అభేద్యమైన సహజ కవచ కుండలాల్ని పొందాడు అని మహాభారత ఇతిహాసం వివరిస్తుంది. అందుకే సంగమానికి కర్ణుడి పేరు మీద కర్ణ ప్రయాగ అని పేరు వచ్చింది అంటారు. మహాకవి కాళిదాసు రచించిన నాటకం మేఘదూతము.లో ఈ క్షేత్ర ప్రస్తావన ఉంది. కాళిదాసు యొక్క అభిజ్ఞాన-శాకుంతలం అనే నాటకంలోని శకుంతల మరియు రాజు దుష్యంతుల యొక్క శృంగార ప్రేమ కథ ఇక్కడే జరిగింది అని పేర్కొంటారు. స్వామి వివేకానంద నూట నలుబది ఏండ్ల క్రితం ఇక్కడ గడిపి ధ్యానం చేసుకున్నాడు అనే దానికి ఈ క్షేత్రం ప్రసిద్ధి.

రుద్రప్రయాగ:

ఉత్తరాఖండ్ రాష్ట్రం లోని రుద్ర ప్రయాగ జిల్లాలో ఉంది. ఇది అలకనంద మరియు మందాకిని నదుల సంగమ ప్రదేశం. రుద్రుడు అంటే శివుడు. ఇక్కడ శైవ క్షేత్రం ఉంది, ఆ పేరు మీదనే రుద్ర ప్రయాగ అనే పేరు వచ్చింది. శివుడు తన తాండవ నృత్యాన్ని ఇక్కడే చేశాడు అంటారు. శివుడు తన రుద్ర వీణను ఇక్కడే వాయించాడు అంటారు. నారదుడు ఇక్కడే వీణా వాద్యం నేర్చుకోవడానికి శివుని గురించి తపస్సు చేశాడు అంటారు.

దేవ ప్రయాగ :

దేవ శర్మ అనే ఋషి తన సన్యాస జీవితాన్ని గడిపిన ప్రదేశంగా దీనికి దేవ ప్రయాగ అని పేరు వచ్చింది అంటారు. ఇది రెండు పవిత్రమైన నదుల సంగమ క్షేత్రం. దేవప్రయాగ అంటే సంస్కృతంలో దైవ సంగమం అని అర్థం. హిందువుల యొక్క రెండు పవిత్రమైన పుణ్య నదులు అయిన అలకనంద మరియు భాగీరథి కలిసిన సంగంమ క్షేత్రం ఇది. ఈ నదుల సంగమ క్షేత్ర ప్రవాహమే ఇక్కడి నుండి గంగా నది అని పిలువబడి ముందుకు సాగుతుంది. ఈ సంగమ క్షేత్రానికి ఎగువ భాగంలో గ్రామం ఎగువ భాగంలో ఎత్తయిన ప్రదేశంలో రఘునాథ మందిరం ఉంది ఇక్కడ. ఇది భారీ రాళ్లతో నిర్మించబడి పిరమిడ్ రూపంలో ఉంటుంది మరియు తెల్లటి కప్పుతో కప్పబడి ఉంటుంది. ఈ దేవ ప్రయాగ వద్ద ఇంకా నాలుగు ఇతర ప్రధాన ఆలయాలు ఉన్నాయి. ఈ రెండు నదుల సంగమ దృశ్యం ఒక అపురూప సన్నివేశం. మెట్లు దిగి కిందికి వెళ్ళాలి నదీ సంగమ ప్రదేశాన్ని చూడడానికి. ఉదయం పూటనైతే మేము వెళ్లి చూసి స్నానం చేసి వచ్చే వాళ్ళమేమో. కానీ మేము అక్కడికి చేరుకునే వరకు రాత్రి అయ్యింది రోడ్డు పై నుండే లైటు వెలుగుల్లో చూశాము. ఈ రెండు నదులు వేర్వేరు హిమానీనదాల నుండి ఉద్భవించాయి కాబట్టి, రెండింటి నీటి రంగులు వేరుగా ఉంటాయి. అలకనంద నీరు బురదగా గోధుమ వర్ణ రంగు లో ఉంటుంది, భాగీరథి నీరు ఆకుపచ్చ రంగులో ఉంటుంది. దీనిని మనము ప్రత్యక్షంగా చూడవచ్చు. దేవ ప్రయాగ లో సెంట్రల్ సంస్కృత విశ్వ విద్యాలయం ఉంది. దాని యొక్క బోర్డు అల్లంత దూరాన ఎత్తయిన ప్రదేశం నుండి కన్నుల విందుగా రాత్రి పూట మెరిసిపోతూ కనిపిస్తుంది ఆ నదీ సంగమ క్షేత్రం నుండి. నేను ఎప్పుడైనా వచ్చి ఆ దేవ భాష సంస్కృతము దేవ ప్రయాగ సంస్కృత విశ్వ విద్యాలయం లో ఉండి చదువుకుంటే బాగుండు అనిపించింది. ఇక ఆ రాత్రి ఎనిమిది గంటల తర్వాత అదే హోటల్ దగ్గర

మాకు అల్పాహారం ఏర్పాటు చేశారు. ఉత్తరాఖండ్ పర్యాటక ప్రదేశం రోడ్డు పక్కన హోటల్స్ లో తినుబండారాలు లభిస్తాయి. యాత్రికులకు భోజన వసతుల కోసం వారు వారి హోటల్ ను కూడా తాత్కాలికంగా అద్దెకు ఇస్తారు. మేము అల్పాహారం తీసుకున్న తర్వాత మళ్ళీ మా ప్రయాణం మొదలు అయ్యింది. అక్కడి నుండి మేము హరిద్వార్ చేరుకోవాలి, హరిద్వార్ నుండి ఢిల్లీ చేరుకోవాలి. దేవ ప్రయాగ నుండి హరిద్వార్ 91 కి. మీ. దూరం. నాలుగు గంటలు పట్టచ్చు చేరుకోవడానికి. రాత్రి ఒకటి, రెండు ప్రాంతాన మా బస్సు హరిద్వార్ చేరుకుంది. మా బస్సుకు అక్కడి వరకే పర్మిషన్ ఉంది అన్నారు. అక్కడి నుండి ఇంకో బస్సు మారాలన్నారు. హరి ద్వార్ నుండి కొత్త బస్సు కొత్త డ్రైవర్. మమ్ములను చార్ ధామ్ యాత్రకు తీసుక వెళ్లిన డ్రైవర్ చాలా పర్ఫెక్ట్ గా ఉన్నాడు. చాలా జాగ్రత్తగా మమ్ములను తీసుక వెళ్లి వచ్చాడు. ఒకోసారి డ్రైవర్ల అజాగ్రత్త వల్ల, వాతావరణ అననుకూల పరిస్థితుల వల్ల బస్సులకు ప్రమాదాలు జరిగిన సందర్భాలు ఉన్నాయి. మా డ్రైవర్ మాత్రం మమ్ములను సేఫ్ గా తీసుకువెళ్ళి, సేఫ్ గా తీసుకువచ్చాడు. మా హరి అందుకు కృతజ్ఞతగా మేము మనిషికి కొంత డబ్బులు ఇద్దాం అనుకున్నాము. మా బస్సులో 27 మందిమి ఉన్నాము.

నేను రెండు వందల రూపాయలు ఇచ్చాను. అందరి డబ్బులు వసూలు చేసి సిద్ది పేట హరి డ్రైవర్ కు అప్పజెప్పాడు. మా సామానులు కొత్త బస్సు లోకి మార్చుకున్నాము. మా బస్సుకు కొత్త డ్రైవర్ వచ్చాడు. రాత్రి రెండు గంటలు దాటి నట్టుంది. మా బస్సు హరిద్వార్ నుండి ఢిల్లీ బాట పట్టింది. మేము గర్వాల్ కొండ ప్రాంతం నుండి మైదాన ప్రాంతం త్రోవ పట్టాం. ఢిల్లీ బహుత్ దూర్ హై అంటారు కానీ దగ్గరకు వచ్చాము. హరిద్వార్ నుండి ఢిల్లీ దూరం 222కి. మీ. అయిదారు గంటల్లో చేరుకోవచ్చు.

తిరుగు ప్రయాణంలో ఢిల్లీకి

తేది: 22-5-2024.

మేము అయిదారు గంటలు రాత్రి బస్సులో ప్రయాణించి ఉదయం 8 గంటల తర్వాత దేశ రాజధాని ఢిల్లీ లోని కరోల్ బాగ్ లోని ఒక హోటల్ కు చేరుకున్నాము. మా అందరికీ గదులు తీసుకున్నాడు నాని గారు. మా ప్రయాణంలో అది చివరి రోజు. నేను కృష్ణ గదిలోకి వెళ్లి కాలకృత్యాలు, స్నానాదులు ముగించాము. అందరికీ పది గంటలవరకే హోటల్ కింది భాగం సెల్లార్ లో టిఫిన్ ఏర్పాటు చేశారు. టిఫిన్ చేసిన తర్వాత చెప్పాడు నాని. మధ్యాహ్నం పన్నెండు గంటల లోపు ఢిల్లీలో ఏదైనా షాపింగ్ ఉంటే చేసుకొమ్మన్నాడు. ఏదైనా ప్రదేశం ఉంటే చూసి రమ్మన్నాడు. మధ్యాహ్నం భోజనం తర్వాత రైల్వే స్టేషన్ కు వెళ్లిపోవాలి అన్నాడు. ఆనాడు మాది తిరుగు ప్రయాణం. మా ట్రైన్ తెలంగాణ ఎక్స్ ప్రెస్.సాయంత్రం నాలుగు గంటలకు ఉంది. కనీసం గంట ముందు అయినా వెళ్ళాలి స్టేషన్ కు. ముప్పయి సంవత్సరాల క్రితం ఉపాధ్యాయుడిగా ఢిల్లీ లోని సీసీఆర్టీ వారి ఉపాధ్యాయ శిక్షణలో భాగంగా నలభై రోజులు ఢిల్లీలో ఉన్నాను. అప్పుడు చూసిందే ఢిల్లీ. అప్పుడు చూసినవి కాక ఇప్పుడు కొత్తగా చూడవలసినది ఢిల్లీలో ఒక్కటే అదే అక్షర ధామ్ స్వామీ నారాయణ మందిరం. నేను అమెరికా వెళ్ళినపుడు హ్యూస్టన్ లోనూ, న్యూ జెర్సీ లోనూ స్వామీ నారాయణ మందిరములను దర్శించి ఉన్నాను. అక్కడ వాటిని దర్శించడం అక్కడ సులభం అనిపించింది. ఇక్కడ ఢిల్లీలో దానికి చూడడానికి వెళ్ళినపుడు హై సెక్యూరిటీ దృష్ట్యా కొద్దిగా ఇబ్బంది అనిపించింది. మేము కరోల్ బాగ్ నుండి స్వామీ నారాయణ

మందిరముకు ఉబర్ కారు బుక్ చేసుకున్నాము. అక్కడి నుండి పదమూడు కిలోమీటర్లు చూపించింది, రెండు వందల యాభై రూపాయలు చూపించింది, 45 నిమిషాలు ప్రయాణ సమయం చూపించింది. నేను, సికింద్రాబాద్ కృష్ణ, సీతారాములు, ఆయన భార్య ఉబర్ కారులో కలిసి వెళ్ళాము. ఢిల్లీలో ఎండ తీవ్రత ఎక్కువగా ఉంది. ఉబర్ కారు మమ్మలను దించి వెళ్ళిపోయింది. మేము వెళ్ళే వరకు సమయం పదకొండున్నర అవుతుంది. మా సెల్ ఫోనులను అక్కడ టోకెన్ తీసుకొని ఉంచి, హై సెక్యూరిటీ చెకింగ్ ను దాటుకుని మా చెప్పులను చెప్పుల స్టాండ్ లో విడిచి ముందటికి వెళ్లాం. మళ్ళీ పన్నెండున్నర వరకు హోటల్ చేరుకోవాలి అనుకున్నాము. ఆ మందిర పరిసర ప్రాంతాలను చూస్తూ ప్రధాన ఆలయంలోనికి వెళ్ళాము..

అక్షర ధామ్ స్వామినారాయణ దేవాలయం:

భారతదేశంలోని ఉత్తర ప్రదేశ్ లో 1781వ సంవత్సరంలో జన్మించిన స్వామి నారాయణ అవినీతి మరియు అనైతికతతో బాధపడుతున్న సమాజంలో సామాజిక మరియు ఆధ్యాత్మిక పునరుద్ధరణను తీసుకువచ్చిన మహనీయుడు. స్వామి నారాయణ ఐదు ప్రాథమిక సూత్రాలను పాటించడం మరియు బోధించడం ద్వారా నైతిక మరియు ఆధ్యాత్మిక జీవనాన్ని గడుపడానికి భక్తులను ప్రేరేపించాడు. అవి వ్యసన రహిత జీవనం, శాఖాహారం, దొంగతనానికి దూరంగా ఉండటం, వ్యభిచారానికి దూరంగా ఉండటం మరియు మనస్సు, శరీరం మరియు ఆత్మ యొక్క స్వచ్ఛతను కాపాడుకోవడం. కొందరు మానవులే మహనీయులై వర్థిల్లి దైవ సమానంగా కొనియాడబడుతారు వారి యొక్క ధర్మ బద్ధమైన జీవనం మరియు బోధనల వలన. స్వామి నారాయణ అనుచరులు అతన్ని శ్రీ కృష్ణుని యొక్క అవతారంగా నమ్ముతారు. ప్రధానమైన గుడి లోపల స్వామినారాయణ విగ్రహాలతో

పాటు రాధా కృష్ణుల విగ్రహాలు కథా విశేషాలు ఉన్నాయి. ఒక్క పావు గంటలోనే గుడి లోపల సందర్శించుకొని బయటకు వచ్చాము. నిజంగా అది సాయంకాలం చూడ వలసిన క్షేత్రం. లైటు వెలుగుల్లో చల్లని సాయంత్రం కొన్ని గంటలు గడుపచ్చు అక్కడ. పిల్లలకు ఆటపాటలకు ఆడుకునే సదుపాయం ఉంది. ఇంకా ముందుకు వస్తే తినుబండారాల ఫుడ్ కోర్టు లాంటిది ఉంది. నేను ఐదు చిన్న లడ్డూలు తీసుకున్నాను పది రూపాయలకు ఒకటి చొప్పున. పది నిమిషాల్లో బయటకు వచ్చి మా సెల్ఫోన్ లు తీసుకొని చెప్పులు వేసుకొని రోడ్డు పైకి వచ్చాము. ఊబర్ కారు బుక్ చేస్తే లేట్ అవుతుందని అక్కడే ఉన్న ఆటో మాట్లాడుకున్నాము కరోల్ బాగ్ కు, మూడు వందల రూపాయలు అన్నాడు ఆటోలు. అర గంటలో మమ్ములను మా హోటల్ ముందట దించాడు. రానుపోను మాకు ఆరు వందలు అయినాయి నలుగురికి. అది ఢిల్లీ మహానగరం. వెయ్యేళ్ళకు పైగా భారత దేశ రాజధాని. చూడడానికి చాలా ప్రదేశాలు ఉన్నాయి. మాకు సమయం లేదు కాబట్టి ఎక్కువ చూడలేకపోయాం. మేము హోటల్ దగ్గరకు వెళ్ళే వరకు మధ్యహ్నాం ఒకటి కావస్తుంది. అప్పటికే కొందరు షాపింగ్ చేసి వచ్చారు.

మధ్యాహ్న భోజనం చేశాం. మాతో పాటు వచ్చిన కుక్ కేరళా నుండి వచ్చినట్టు అన్నాడు. తెలుగు వస్తుంది. అతనితో పాటు ఇద్దరు పనివాళ్ళు వచ్చారు. వాళ్ళు తెలుగువాళ్ళే. గత పదమూడు రోజులనుండి మాకు వంట వండి పెట్టారు మాతో పాటు వస్తూ అని తల కొంత డబ్బులు వసూలు చేసి ఇస్తాం అన్నారు మిత్రులు. సిద్ది పేట మిత్రుడు హరి కృష్ణ మనిషికి కొన్ని డబ్బులు వసూలు చేశాడు. నేను రెండు వందలు ఇచ్చాను నా వంతుకు. ఆ వంటలతను మా కోసం సాయంత్రం రైలు ప్రయాణంలో ఉంటాం కాబట్టి కొంత పులిహోర చేసి పెట్టాడు. మా బ్యాగులను అన్నీ బస్సులో పెట్టేశాము. నాలుగు గంటలకు మా ట్రెయిన్ ఉంది న్యూ ఢిల్లీ రైలు స్టేషన్

నుండి. మాలో కొందరు విమానముకు వెళ్లే వాళ్ళు ఉన్నారు సాయంత్రానికి. మిత్రులందరికీ టాటా గుడ్ బై చెప్పుకున్నాము. మా యాత్రా జట్టులో కరీంనగర్ మిత్రులు, సిద్ధి పేట మిత్రులు, సికింద్రాబాద్ మిత్రులు, హైదరాబాద్ మిత్రులు ఉన్నారు. మా.రెయిన్.బో ట్రావెల్ ఏజెన్సీ మిత్రుడు నాని, సహ యాత్రికులు జనార్ధన్ రెడ్డి, వారి వియ్యంపుడితో కలిసి హోటల్ ముందు ఒక ఫోటో దిగాను.

ఢిల్లీ నుండి ఇంటికి తిరుగు ప్రయాణం

మా బస్సు హోటల్ నుండి రైలు స్టేషన్ కు బయలుదేరింది. ఒక అరగంట తర్వాత న్యూ ఢిల్లీ రైలు స్టేషన్ దగ్గరికి చేరుకున్నాం. సామాను తీసుకొని బస్సు దిగాం. ఢిల్లీలో ఎర్రటి ఎండలు ఉన్నాయి. బాగా ఉడుక పోస్తుంది. పావు గంటలో న్యూఢిల్లీ.నుండి హైదరాబాదు కి వచ్చే తెలంగాణ ఎక్స్ప్రెస్ ఆగే నాల్గవ ప్లాట్ ఫామ్ చేరుకున్నాము. పది నిమిషాల్లో మా ట్రెయిన్ వచ్చింది. నాది ఫస్ట్ ఏసి కోచ్ కాబట్టి హెచ్ కోచ్ లో ఎక్కాను. మిగితా కరీంనగర్, సిద్దిపేట, హైదరాబాద్ మిత్రులు నా కొచ్ పక్కనే ఉన్న సెకండ్ ఏసి కోచ్ లో ఎక్కారు. సరిగ్గా సాయంత్రం నాలుగు గంటలకు మా ట్రెయిన్ బయలు దేరింది ఢిల్లీ నుండి. తెల్లవారి మధ్యాహ్నం ఒంటి గంట ప్రాంతాన రామగుండం రైలు స్టేషన్లో దించుతుంది. తెల్లవారి రామగుండంలో ట్రెయిన్ దిగిన తర్వాత కరీంనగర్ వెళ్ళడానికి ఎనిమిది సీట్ల వెహికల్ ను తీసుకొని స్టేషన్ కు రమ్మని డ్రైవర్ కు ఫోన్ చేసి చెప్పాను. రైలు ఎక్కాను అని ఇంటికి ఫోన్ చేసి మా శారదకు చెప్పాను.

రైలు ఢిల్లీ, మధుర, ఆగ్రా, గ్వాలియర్ వచ్చేవరకు రాత్రి ఎనిమిది అయ్యింది. రాత్రి భోజన సమయం, మా సాయి నగర్ సోదరీమణి శశికళ గారు ఢిల్లీ లోని వాళ్ల చిన్నమ్మ కొడుకు ఇంటికి ఉదయం వెళ్లి చార్ ధాం యాత్రకు మాతో వచ్చిన వాళ్ల చిన్నమ్మను వాళ్ల ఇంటిలో దించి వేసి మధ్యాహ్నం భోజనం చేసి మా రాత్రి భోజనం కోసం మా అందరికి పులిహోర తీసుకువచ్చింది. నాకు వాళ్ళు ఫోన్ చేస్తే వాళ్ల కంపార్ట్ మెంట్ కు వెళ్లి పులిహోర భోజనం చేసి వచ్చాను. రాత్రి పది గంటల వరకు వీర ఝాన్సిని ఊరు ఝాన్సీ వచ్చింది. అక్కడ నిజామాబాద్ మిత్రుడు ఒకరు రైలు ఎక్కాడు ఫస్ట్ ఏసి కంపార్ట్మెంట్ మా క్యాబిన్ ఒక సీట్లోకి. మిగితా రెండు సీట్లలో హైదరాబాదు

వచ్చే వాళ్లు ఉన్నారు. రాత్రి మా క్యాబిన్ డోర్ క్లోజ్ చేసి పడుకుంటే నిద్ర లేచే వరకు తెల్లవారింది. అప్పుడు మా ట్రెయిన్ మధ్య భారత దేశం నాగపూర్ సమీపంలో ఉన్నది. మేము మధ్యహ్నం ఒకటి వరకు రామగుండం చేరుకుంటాం ఇదే స్పీడ్ తో వెళ్లితే. ఇక ఆ రైలు అంతటికీ ఒకటే ఫస్ట్ క్లాస్ ఏసి కంపార్ట్మెంట్ ఉంది. దానిలో నాలుగు బెర్తుల క్యాబిన్ లు నాలుగు ఉన్నాయి. రెండు బెర్తుల క్యాబిన్ లు మూడు ఉన్నాయి, వాటిని కూపేలు అంటారు. సాధారణంగా కూపేలు ఇద్దరికి గాను ముఖ్యంగా భార్యా భర్తలకు కేటాయిస్తారు. అందుకే ప్రయాణికుల వెసలుబాటుని చూస్తూ ఫస్ట్ ఏసి రిజర్వేషన్ సీట్ల వివరాలు రైలు బయలు దేరే ఆరు నుండి పన్నెండు గంటల ముందు మాత్రమే ప్రకటిస్తారు. ఇంకా ఫస్ట్ ఏసి కంపార్ట్మెంట్ కు ఒక వెస్టర్న్ టాయిలెట్ తో పాటు ఇంకో దిక్కు స్నానం చేయడానికి బాత్ రూం కూడా ఉంటుంది వాష్ బేసిన్ అద్దం తో కూడి షవర్ తో వీలుగా. నేను ఉదయం లేచి కాలకృత్యాలు తీర్చుకొని ముఖం కడుక్కున్నాను. ట్రెయిన్ లో కాఫీ తెప్పించుకొని త్రాగాను. నేను యాత్రకు బయలు దేరేప్పుడు

తీసుక వెళ్లిన తినుబండారాలు ఇంకా మిగిలినాయి. ఆ ఉదయం పూట వాటినే టిఫిన్ గా తీసుకున్నాను. మా ట్రెయిన్ నాగపూర్, చంద్రపూర్, బల్లార్షా, కాగజ్ నగర్, బెల్లంపల్లి, మంచిర్యాల దాటి రామగుండం చేరుకునే వరకు మధ్యహ్నం ఒకటి అయ్యింది. కరీంనగర్ వాళ్ళు అందరం ట్రెయిన్ దిగాం. మాతో పాటు సిద్దిపేట మిత్రులు హరికృష్ణ వారి శ్రీమతితో పాటు రామగుండంలోనే దిగాడు. నిజానికి వాళ్లకు హైదరాబాద్ వరకు టికెట్ ఉంది. రామగుండం నుండి సిద్దిపేట వెళ్ళడానికి రెండు గంటల సమయం పడుతుంది కారుపై. ఈ ట్రెయిన్ హైదరబాద్ చేరే వరకు ఇంకో నాలుగు గంటలు సాయంత్రం అవుతుంది. మళ్ళీ వాళ్ళు హైదరాబాదు నుండి సిద్దిపేట రావడానికి ఇంకో రెండు గంటలు అదనంగా పడుతుంది. అందుకే హరి వాళ్ళు

రామగుండంలో దిగారు మాతోని. రైలులో ఉన్న మిగతా మిత్రులకు బైబై చెప్పాం. రామగుండం స్టేషన్లో దిగిన వాళ్లు అందరం ఒక గ్రూప్ ఫోటో దిగాం.

సిద్దిపేట హరి కృష్ణ వాళ్ల కొడుకు కారు తీసుకొని వచ్చాడు వారి కోసం. వాళ్ళు సిద్దిపేటకు ప్రయాణమయ్యారు. మా కొరకు కరీంనగర్ నుండి ఎనిమిది సీట్ల వెహికల్ ను తీసుకొని మా డ్రైవర్ వచ్చాడు. నాతో పాటు కరీంనగర్ సోదరీమణులు శశి కళ, విజయ, పద్మ, వెంకటమ్మ, రమ మా సామాన్లు వెహికిల్ లో పెట్టుకొని బయలుదేరాము. శశికళ గారి మరదలు వాళ్ళది గోదావరిఖని కాబట్టి ఆమె వాళ్ల పిల్లలు వస్తే వాళ్ళతో వెళ్ళిపోయింది. రామగుండం కరీంనగర్ గంట, గంటపావు ప్రయాణం. మధ్యలో ముప్పావు గంటకే పెద్దపల్లి వచ్చింది. పెద్దపల్లిలో సోదరీమణి విజయ వాళ్ల భర్త పెద్దపల్లి కలక్టరేట్ లో ఆర్ అండ్ బి డిపార్ట్ మెంట్ లో ఇంజనీర్ గా ఉద్యోగం చేస్తాడు. వారు మా అందరికీ మార్గ మాధ్యమంలో పెద్దపల్లి కలక్టరేట్ క్యాంటీన్లో భోజనం ఏర్పాటు చేశాడు. అందరం భోజనం చేసి వారికి అన్నదాత సుఖీభవ అని చెప్పాము. అప్పటికి సమయం మధ్యాహ్నం రెండున్నర కావస్తుంది.

మూడు గంటల ప్రాంతాన మళ్లీ మేము వాహనంలో కరీంనగర్ బయలు దేరాం. పెద్దపల్లి నుండి సుల్తానాబాద్ దాటితే వచ్చేది కరీంనగర్. ముందుగా బైపాస్ రోడ్ గుండా వెళ్ళి పద్మ గారిని హౌసింగ్ బోర్డు కాలనిలో దించాము వాళ్ల ఇంటి ముందు, తర్వాత కాపు వాడలో విజయ గారిని దించాము వాళ్ల ఇంటి ముందు, తర్వాత వెంకటమ్మ గారిని అశోక్ నగర్ లో దించాము వాళ్ల ఇంటి ముందు. ఇక మిగిలింది సాయినగర్ రోడ్ నంబర్ మూడు లో రమ గారిని వాళ్ల ఇంటి ముందు దించాం. తర్వాత శశికళ గారి ఇంటి ముందు వెహికిల్ ఆగింది, ఆమె దిగి వాళ్ల ఇంటికి వెళ్ళిపోయింది, అక్కడికి రెండో ఇల్లే కాబట్టి నేను మా ఇంటికి చేరుకున్నాను. అలా విజయవంతంగా మా చార్ ధాం యాత్రను ముగించుకొని ఇంటికి చేరుకున్నాను. ఆనాడు తేది 23-5-2024. మా ఇంటి వద్ద నా కోసం నా శ్రీమతి శారద, మా చిన్న అబ్బాయి వంశి, మా అత్తమ్మ చూస్తున్నారు. నా బ్యాగులను ఇంట్లో పెట్టి స్నానాదులు ముగించిన తర్వాత నాలుగు పుణ్య క్షేత్రాలలో తెచ్చిన ప్రసాదాలను, కుంకుమను, తీర్థ క్షేత్ర ప్రదేశాల ఫోటోలను ఒక పది మంది మిత్రులకు ఇవ్వడానికి ప్యాకు చేశాను కవర్లలో. తెచ్చిన గంగా, యమున జలాల సీసాలను దాచి పెట్టుమని మా శ్రీమతికి ఇచ్చాను. తెల్లవారి నేను అంత దూరం దాదాపు రెండు వేల కిలో మీటర్లు ప్రయాణించి వచ్చి, పన్నెండు వేల అడుగుల ఎత్తున హిమాలయా పర్వత సానువుల్లో ఉన్న చార్ ధామ్ క్షేత్రాలను దర్శించి వచ్చి ఆ విశేషములు చెపుతూ తెలిసిన పదిమందికి ఆ ప్రసాదాలు అందించాను.

అలా నా చార్ ధామ్ యాత్ర విజయవంతంగా ముగిసింది.

"సర్వే జనా సుఖినోభవంతు"

సబ్బని లక్ష్మీనారాయణ – పరిచయము

పేరు : సబ్బని లక్ష్మీనారాయణ

తలిదండ్రులు : మల్లేశం- నాగమ్మ

పుట్టిన ఊరు : బొమ్మకల్ గ్రామం, మం. & జిల్లా, కరీంనగర్

చిరునామా : 6-6- 302, సాయినగర్, కరీంనగర్ - 505001.

మొబైల్ : +91 8985251271

ఈ మెయిల్ : ln.sabbani@gmail.com

పుట్టిన తేది : 1-4-1960. ఆఫీస్ రికార్డు: 21 - 7 - 1957.

చదువు : బి.యస్సీ (ఎం.పి.సి.). ఎం.ఏ. (ఇంగ్లిష్,), ఎం.ఏ. (హిందీ), ఎం.ఏ.(ఆస్ట్రాలజీ), ఎం.ఎస్సీ (సైకాలజి), ఎం.ఎడ్, పి.జి.డి.టి. ఇ.

భార్య : సబ్బని శారద

సంతానం: ఇద్దరు కుమారులు. పెద్ద కుమారుడు : శరత్ చంద్ర కోడలు : సృజన - మనుమలు శ్రీయాన్ (అమెరికా), క్రితిన్ (అమెరికా), చిన్న కుమారుడు : వంశీ కృష్ణ

వృత్తి : విశ్రాంత ఆంగ్ల ఉపన్యాసకులు

ప్రవృత్తి : రచనా వ్యాసంగం

రచించిన పుస్తకములు : 39

1.మౌనసముద్రం (వచన కవిత) - 1999

2. మన ప్రస్థానం (పేరడీలు) -2001

3. బతుకు పదాలు - 2003

4. నది నా పుట్టుక (వచన కవిత) - 2005

5. మనిషి (దీర్ఘ కవిత) - 2007

6. శేషేంద్ర స్మృతిలో - 2007

7. అతని అక్షరం మీద చెవి పెట్టి వినండి (కథలు) -2008

8. చెట్టు నీడ (వచన కవిత) - 2010

9. అవ్వ (స్మృతి కవిత)- 2010

10. తెలంగాణ ఒక సత్యం (వచన కవిత) - 2010

11. హైదరాబాద్! ఓ! హైదరాబాద్! (దీర్ఘ కవిత) -2010

12. తెలంగాణ నానోలు - 2010

13. తెలంగాణ రెక్కలు- -2010

14. చారిత్రక తెలంగాణ (గేయ కవిత)-2010

15. తెలంగాణ హైకూలు - 2011

16. తెలంగాణ నానీలు - 2011

17. తెలంగాణ వైభవ గీతములు - 2015

18. తెలంగాణ మార్చ్ - 2015

19. తెలంగాణ - కొన్ని వాస్తవాలు (వ్యాసాలు) -2015

20. దంపతి నానీలు (సబ్బని శారదతో కలిసి) - 2015

21. ప్రేమంటే (వచన కవిత) - 2016

22. సాహిత్య నానోలు - 2016

23. షహీద్ భగత్ సింగ్ (జీవిత చరిత్ర) - 2016

24. చాణక్యుని నీతి సూత్రములు (అనువాదము) - 2017

25. భక్త మీరా కవితలు (అనువాదం) - 2017

26. అక్షరాణువులు (నానోలు)- 2017

27. ప్రేమ స్వరాలు (ఏకవాక్య కవితలు) -2017

28. అనుభవ సత్యాలు - ఆణిముత్యాలు - 2017

29. అక్షర సౌరభాలు (ఏకవాక్య కవితలు) - 2017

30. వండర్ ల్యాండ్ అమెరికా నానీలు - 2017

31. తెలంగాణ పదాలు -2018

32. సబ్బని కవి పల్కు సత్యమెపుడు (పద్య కావ్యము)- 2018

33. నా అమెరికా సాహితీ సౌహార్ధ యాత్ర (ట్రావెలాగ్) - 2018

34. ఆటవెలదిలో అమెరికా (పద్య కావ్యము) - 2018

35. సబ్బని సాహిత్య వ్యాసములు - 2023

36. సబ్బని సమగ్ర తెలంగాణ సాహిత్యం-2023.

37. సమీక్షలు - విమర్శలు - 2024...

38. నా చార్ ధామ్ ఆధ్యాత్మిక యాత్ర -2025.

39. The Silent Ocean - 2024. (Translation)

అవ్వ (స్మృతి కవిత) Avva the Mother పేర ఆంగ్లములోకి అనువాదం డా. పి. రమేష్ నారాయణ గారిచే మరియు.ఫ్రెంచ్, జపనీస్ భాషల్లోకి కూడా అనువాదం.

సంపాదకత్వం వహించిన పుస్తకములు:

1.నేటి కవిత - 2007, 2.నేటి కవిత - 2008

3. 'స్వతంత్ర భారత అమృత మహోత్సవములు త్రిభాషా కవితా సంకలనం తెలుగు-హింది - ఇంగ్లిష్., published by Geeta Prakashan, Hyderabad - 2022.

స్థాపించిన సాహితీ కళా సంస్థలు:

శరత్ సాహితీ కళా స్రవంతి, కరీంనగర్- 1999

తెలంగాణ సాహిత్య వేదిక, కరీంనగర్ – 2001

బహుమతులు, అవార్డులు, సన్మానములు:

1. BEST POET OF THE YEAR 2003 AWARD, POETS INTERNATIONAL Bangalore.

2. "పులికంటి సాహితీ సత్కృతి" కథా బహుమతి - 2004, తిరుపతి, ఆం. ప్ర.

3. "సాహితీ మిత్రులు", మచిలీపట్నం, రజితోత్సవ ఉత్తమ కవి పురస్కారం - 2005, ఆం. ప్ర.

4. "బెస్ట్ టీచర్ అవార్డ్" డా. జైశెట్టి రమణయ్య ట్రస్ట్, జగిత్యాల్. - 2005. తెలంగాణ

5. "సాహిత్య భూషణ్" అవార్డ్, సారస్వత జ్యోతి మిత్ర మండలి, కరీంనగర్. - 2005. తెలంగాణ

6. బెస్ట్ యెన్. ఎస్.ఎస్. ప్రోగ్రాం ఆఫీసర్ అవార్డు, కరీంనగర్ జిల్లా. -2011. తెలంగాణ

7. "రాష్ట్ర స్థాయి ఉత్తమ ఉపాధ్యాయ అవార్డ్ ఆం. ప్ర. ప్రభుత్వం. - 2013.

8. "మహా కవి శేషేంద్ర అవార్డ్" - 2015, హైదరాబాద్.

9. "ఉమ్మడి శెట్టి సాహిత్య ప్రతిభా పురస్కారము" - 2015, అనంతపురము, ఆం. ప్ర.

10. "మళ్ళా జగన్నాధం స్మారక ఉత్తమ కవి పురస్కారము"- 2015, అనకాపల్లి, ఆం. ప్ర.

11. "సాహిత్య రత్న అవార్డ్" 2016, కాప్లా అంతర్జాతీయ సంస్థ, చండీఘడ్.

12. "అద్దేపల్లి స్మారక కవితా పురస్కారము" - 2016, విజయవాడ. ఆం.ప్ర

13. "నానోల పురస్కారము" - 2016, ఆంధ్ర సారస్వత సమితి, మచిలీపట్నం, ఆం. ప్ర.

14. "సాహితీ చతురానన" బిరుదు, సీనియర్ సిటిజెన్ వాణి' మాసపత్రిక, మచిలీపట్నం- 2017, ఆం. ప్ర

15. "TELUGU ASSOCIATION OF NORTH TEXAS" డాలస్ వారిచే సన్మానము - 2017. అమెరికా

16. "తెలుగు సాంస్కృతిక సమితి, హ్యూస్టన్" సన్మానము. -2017. USA

17. బి. ఎస్. రాములు, సాహితీ స్వర్ణోత్సవ "దీర్ఘ కవితా పురస్కారము"-2018, హైదరాబాద్, తెలంగాణ

18. తెలుగు విశ్వ విద్యాలయ కీర్తి పురస్కారం వచన కవిత్వం లో - 2018, హైదరాబాద్.

19. కలహంస సాహితీ పురస్కారం 2014. నెలవంక నెమలీక మాసపత్రిక, హైదరాబాద్.

20. D.Litt. Honorary Doctorate in literature from St. Mother Teresa Virtual University for Peace and Education. Bangalore in 2019.

21. "Nava Srujan Kala Praveen Award" Kanpur, U.P. 2020

22. Azadi ka Amrit Mahotsav Desh Bhakti geet State level Second Prize (T.S.). 2022.

23. Samskrithi Seva Samman Award -2024. Veyil Foundation.

నవ తెలంగాణ, రచన, నేటి నిజం, పత్రిక, సాహితీ కిరణం పత్రికలు నిర్వహించిన పోటీల్లో కవిత, కథా బహుమతులు.

వివిధ సాహితీ సామాజిక, కళా సంస్థలతో సంబంధం:

1. శరత్ సాహితీ కళా స్రవంతి, కరీంనగర్, అధ్యక్షులు.

2. తెలంగాణ సాహిత్య వేదిక, కరీంనగర్, అధ్యక్షులు.

3. సాయినగర్, వెల్ఫేర్ సొసైటి, వ్యవస్థాపక అధ్యక్షులు.

4. మెంబర్, కరీంనగర్ ఫిల్మ్ సొసైటీ.

5. కార్యవర్గ సభ్యులు "సాహితీ గౌతమి" కరీంనగర్.

సబ్బని రూపొందించిన ఆడియో గీతములు:

1. తెలంగాణ బతుకమ్మ పాటలు

2. తెలంగాణ వైభవ గీతములు

3. పర్యావరణ గీతములు

4. “స్వచ్ఛ భారత్” గీతములు

5. తెలంగాణ చెరువుల గీతములు

6. గోదావరి వైభవ గీతము

7. స్వాతంత్ర్య సమరయోధులు

కొండా లక్ష్మణ్ బాపూజీ, బోయినపల్లి వేంకట రామారావులపై గీతములు

8. లాలి పాటలు, పుట్టిన రోజు పాటలు.

KASTURI VIJAYAM

www.kasturivijayam.com
+91 9515054998

SUPPORTS

- PUBLISH YOUR BOOK AS YOUR OWN PUBLISHER.

- PAPERBACK & E-BOOK SELF-PUBLISHING

- SUPPORT PRINT ON-DEMAND.

- YOUR PRINTED BOOKS AVAILABLE AROUND THE WORLD.

- EASY TO MANAGE YOUR BOOK'S LOGISTICS AND TRACK YOUR REPORTING.

www.ingramcontent.com/pod-product-compliance
Lightning Source LLC
LaVergne TN
LVHW032010070526
838202LV00059B/6387
9788197447563